सुशीलेचा देव
(संक्षिप्त आवृत्ती)

लेखक
वा. म. जोशी

संपादक
वि. स. खांडेकर

मेहता पब्लिशिंग हाऊस

Please contact us at **Mehta Publishing House,** Pune.
Email : production@mehtapublishinghouse.com
Website : www.mehtapublishinghouse.com

SUSHILECHA DEV by V. M. JOSHI

सुशीलेचा देव (संक्षिप्त आवृत्ती) / कादंबरी

संपादक : वि. स. खांडेकर
Email : author@mehtapublishinghouse.com

प्रकाशक : सुनील अनिल मेहता, मेहता पब्लिशिंग हाऊस,
१९४१ सदाशिव पेठ, माडीवाले कॉलनी, पुणे - ३०.

मुखपृष्ठ : रवींद्र व्होरा

प्रकाशनकाल : १९५३ / जानेवारी, १९९९ / नोव्हेंबर, २००६ /
पुनर्मुद्रण : एप्रिल, २०१९

P Book ISBN 9788171618194
E Book ISBN 9789386342997
E Books available on : play.google.com/store/books
https://www.amazon.in/b?node=15513892031

प्रास्ताविक

प्रत्येक मराठी मनुष्याने कोणत्या पंचवीस कादंबऱ्या अवश्य वाचल्या पाहिजेत–निदान ऐकल्या पाहिजेत–या प्रश्नाचे स्वगत उत्तर देण्याचा मी अनेकदा प्रयत्न करतो. केवळ मनाला एक गंमतीचा चाळा हवा असतो म्हणून काही ही यादी मी तयार करीत नाही. मराठी वाङ्मयाच्या प्रत्येक शाखेतले संस्कारी आणि कलापूर्ण साहित्य कोणते हे दैनंदिन अभ्यासात गुंतलेल्या विद्यार्थ्यांना आणि पोटापाण्याच्या व्यापामुळे विशेष फुरसद न मिळणाऱ्या प्रौढांना निश्चितपणे कळणे सद्य:स्थितीत सर्व दृष्टींनी आवश्यक आहे. तांदूळ निवडल्या–पाखडल्यावाचून कधी कुणी भात केला आहे का ? वाङ्मयाचेही तसेच आहे.

निवडक कादंबऱ्यांची मी मनात तयार करीत असलेली ही यादी अजून पुरी झालेली नाही. एकेका जागेकरता अनेक चांगले उमेदवार उभे असले म्हणजे मतदारांची त्रेधा उडते ना ? तसे थोडेसे माझे झाले आहे. पण माझी पहिली दहा नावे मात्र निश्चित आहेत. 'सुशीलेचा देव' हे त्यातलेच एक होय.

ही कादंबरी मला इतकी महत्त्वाची वाटते याचे कारण आधुनिक महाराष्ट्राच्या जीवनातला आणि इंग्रजी शिक्षणाबरोबर जी नवी स्त्री भारतात निर्माण होऊ लागली, तिच्या विकासातला एक महत्त्वाचा टप्पा या कादंबरीत फार चांगल्या रीतीने प्रतिबिंबित झाला आहे. या दृष्टीने ही कादंबरी एका विशिष्ट कालखंडाची प्रतिनिधी आहे. तो काळ म्हणजे एकोणिसाव्या शतकाची अगदी शेवटची वर्षे आणि विसाव्या शतकाची पहिली दोन तीन दशके हा होय. या कालखंडात मध्यम वर्गातल्या सुशिक्षितांच्या आचारविचारात आणि भावभावनात झपाट्याने जे बदल होत गेले त्यांचे चित्रण करायला वामनराव जोश्यांइतका दुसरा अधिकारी लेखक क्वचितच मिळाला असता. एक तर वामनराव या काळातच लहानाचे मोठे झाले होते. प्रत्येक चांगल्या कादंबरीत, बीजरूपाने का होईना, लेखकांचे आत्मचरित्र दृष्टीला पडते, असे काही टीकाकार म्हणतात. त्यांचे हे विधान एकांगी असले तरी अर्थपूर्ण आहे, यात शंका नाही. कथाकाराला आवश्यक असणारे गुण–प्रसंग–निर्मिती, रचना–कौशल्य वगैरे–ज्या कादंबरीकारांच्या प्रतिभेत विशेष प्रमाणांत असतात असे हरिभाऊ आपटे किंवा प्रा. फडके यांच्या बाबतीत हा सिद्धान्त तितकासा खरा नाही. पण वामनराव जोशी मराठीतले एक थोर कादंबरीकार असले तरी त्यांच्या प्रतिभेचा

आत्मा कौशल्य किंवा कल्पकता हा नाही. वैचारिकता हाच तिचा प्रमुख विशेष होय. त्यामुळे साहजिकच निरनिराळ्या व्यक्ती आणि प्रसंग व त्यांच्या विविध पात्रांवर होणाऱ्या प्रतिक्रिया यांचे वर्णन करताना वामनराव स्वत:च्या उत्कट अनुभवांचा आश्रय घेतात.

'सुशीलेचा देव' या कादंबरीतल्या सुनंदाच्या चित्रणाचा उगम त्यांचे सहाध्यायी देशभक्त सेनापति बापट यांच्या आयुष्यातल्या त्यावेळच्या घडामोडींशी आहे असे म्हणतात. या कादंबरीत जाता जाता बेनसाहेबाचे जे अस्पष्ट पण आकर्षक स्वभावचित्र लेखकाने रेखाटले आहे [पृष्ठ ४१– ४२] त्याला अनुभवाचा आधार असला पाहिजे हे उघड आहे. 'ही आपली समाजव्यवस्था' (पृ. ६८– ७१) या प्रकरणातील वडाऱ्यांच्या वस्तीचे व तिच्यात अज्ञान आणि पटकी यांनी मांडलेल्या कहराचे जे हृदयद्रावक वर्णन आले आहे ते तर मी स्वत: वामनरावांच्या तोंडूनच ऐकले होते. इतर कादंबऱ्यातही वामनरावांनी आपले अनुभव असेच विविध पात्रांच्या द्वारे प्रगट केले आहेत. 'इंदु काळे व सरला भोळे' या कादंबरीतल्या विनायकरावावर त्यांच्या व्यक्तित्वाची दाट छाया आहे यात काही नवल नाही. थोडे अधिक खोल जाऊन पाहिले तर 'रागिणी'तील भय्यासाहेब व आनंदराव यांच्या मनात चाललेले झगडेसुद्धा खुद्द वामनराव व त्याकाळचे सुशिक्षित तरुण यांच्या जीवनात जे नवनवे वैचारिक संघर्ष निर्माण होत होते त्यांच्यावर कलेची थोडीशी रंगरंगोटी करून मांडलेले आहेत हे लक्षात येईल. 'सुशीलेचा देव' ही कांदबरीही अशीच वामनरावांच्या अनुभवातून, निरीक्षणांतून व चिंतनातून उगम पावली आहे.

■

महर्षि कर्वे यांच्या अनाथबालिकाश्रम आणि महिलाविद्यालय या संस्थात आजीव सेवक म्हणून वामनरावांनी १९१८ पासून शेवटपर्यंत काम केले. 'सुशीलेचा देव' ही कादंबरी त्यांनी १९२९ साली लिहिली. अकरा वर्षे त्यांच्या मार्गदर्शनाखाली मुली लहानाच्या मोठ्या होत होत्या, आपल्या आयुष्याचा आणि निरनिराळ्या सामाजिक प्रश्नांचा विचार करीत होत्या. ज्ञानामुळे त्यांच्या मनाची क्षितिजे विशाल होत होती. झपाट्याने बदलत जाणाऱ्या आर्थिक व सामाजिक परिस्थितीमुळे कितीतरी समस्यांचे सत्यस्वरूप त्या प्रथमत:च उघड्या डोळ्यांनी पाहत होत्या. हे सारे परिवर्तन वामनरावांनी सुशीलेच्या चरित्राच्या रूपाने चित्रित केले आहे.

हरिभाऊ आपटे व प्राध्यापक फडके या दोन अव्वल दर्जाच्या कादंबरीकारांच्यामध्ये कालदृष्ट्या वामनरावांचे स्थान आहे. हरिभाऊंनी आपली शेवटची अपूर्ण कादंबरी 'कर्मयोग' १९१५ त लिहिली. त्याच साली वामनरावांची पहिली कादंबरी 'रागिणी' प्रसिद्ध झाली. १९१५–१९२५ या दशकात 'अल्ला हो अकबर' व 'कुलाब्याची दांडी' या फडक्यांच्या दोन कादंबऱ्या प्रसिद्ध झाल्या खऱ्या, पण त्यांच्या लोकप्रियतेला

खरी भरती आली ती १९२६-१९२७ मध्ये 'रत्नाकर' मासिकांतून क्रमशः प्रसिद्ध झालेल्या 'जादूगार' व 'दौलत' या कादंबऱ्यांमुळे. या सर्व कादंबऱ्यांच्या नायिकात 'सुशीला' ही खऱ्याखुऱ्या अर्थाने नवी स्त्री आहे. मध्यमवर्गातल्या स्त्रीच्या वेशभूषेत आणि बाह्य जीवनातच क्रांति झालेली नाही, ती तिच्या अंतरंगातही होत आहे; तिचे विचार आणि भावना, श्रद्धा आणि ध्येये तळापासून ढवळून निघत आहेत, हे जितक्या सूक्ष्मतेने तितक्याच ठाशीवपणाने या कालखंडांत कुठे प्रतिबिंबित झाले असेल तर ते या कादंबरीतच.

१८८५ पासून १९१५ पर्यंतची मध्यमवर्गाची स्त्री, तिची सुखदुःखे आणि तिच्या आशा-आकांक्षा या सर्वांचे विविध आणि वास्तव चित्रण हरिभाऊंच्या कादंबऱ्यात आढळते यांत संशय नाही. ती विविधता वामनरावांच्या कादंबऱ्यात नाही. आदर्श आणि वास्तव यांचे जे अतिशय सुरेख मिश्रण करण्याची कला हरिभाऊंना साधली होती, तीही वामनरावांच्या ठिकाणी तितक्या प्रमाणात आढळत नाही. असे असूनही 'सुशीले' सारख्या त्यांच्या नायिका वैशिष्ट्यपूर्ण वाटतात याचे कारण एकच आहे. मध्यमवर्गाच्या मानसिक विश्वात आणि दैनंदिन जीवनात होणारे सारे फरक या नायिकांच्या द्वारे वामनरावांनी सहृदयतेने आणि समतोलपणाने रंगविले आहेत. हरिभाऊंच्या प्रत्येक कादंबरीत सात्त्विक सुधारणावाद होता. स्त्रीवर्गावर होणाऱ्या या ना त्या अन्यायाचे हृदयस्पर्शी चित्रण होते. त्या अन्यायाचा प्रतिकार कसा करावयाचा याचेही सूचक दिग्दर्शन होते. पण त्यांची 'यमू' (पण लक्षांत कोण घेतो), पद्मा (मायेचा बाजार) व नर्मदा (कर्मयोग) यांची दुःखे आपल्या अंत:करणाला जाऊन भिडत असली तरी या नायिका त्या दुःखाशी कुठेही लढत नाहीत. अश्रु हेच त्यांचे शस्त्र आहे, असे आपल्याला एकसारखे वाटत राहते. त्या त्या कादंबरीतले विचारी, सत्प्रवृत्त, भावनाशील पुरुष या दुर्दैवी स्त्रियांचे अश्रु पुसण्याचा प्रयत्न करतात, त्यांच्यावर होणाऱ्या अन्यायांविरुद्ध हत्यार उपसतात. पण हरिभाऊंच्या तिन्ही नायिका वैचारिक बंडाची भाषा बोलत नाहीत. 'आमच्या आयुष्यातील आठवणी' (रमाबाई रानडे) व 'स्मृति-चित्रे' (लक्ष्मीबाई टिळक) या दोन हृदयंगम पुस्तकात त्या काळातल्या स्त्री-जीवनाचे जे सूक्ष्म प्रतिबिंब पडले आहे ते पाहिले म्हणजे हरिभाऊंनी अशी बंडखोर नायिका का रंगविली नाही हे स्पष्ट होते. अनेक शतकांच्या निद्रेतून स्त्री जणू काही त्यावेळी नुकतीच जागी होऊ लागली होती. मध्यंतरीच्या काळात ती सहसा घराच्या चार भिंतीबाहेर पडली नव्हती. रूढीची कुठलीही बेडी कितीही काचत आली तरी तिच्या विरुद्ध तिने ब्र उच्चारला नव्हता. हरिभाऊंच्या आरंभीच्या सामाजिक कादंबऱ्या लिहिल्या जात असतानाच देवलांचे 'शारदा' नाटक रंगभूमीवर आले. त्यातील नायिका शारदा 'आम्ही गाइ गरिब जातीच्या। नाहि अम्हां वाचा' असे स्वत:च्या स्थितीचे वर्णन करते. त्या दोन ओळीत त्या वेळच्या स्त्री-वर्गाची सारी

अगतिकता व्यक्त झाली आहे असे म्हटले तरी चालेल.

पण ही परिस्थिति पुढल्या दोन दशकात पालटली. स्त्री-शिक्षणाच्या प्रसाराबरोबर ललितवाङ्मयातील स्त्री बोलकी होऊ लागली. आपल्यावर होणाऱ्या अन्यायाचा प्रतिकार करण्याची इच्छा तिच्या ठिकाणी बळावली. या प्रतिकाराचा मोर्चा पहिल्यांदा वळला तो पुरुषजातीच्या दिशेने. स्त्रीच्या गुलामगिरीला पुरुषच कारणीभूत आहे या कल्पनेने बंड करू पाहणाऱ्या सुशिक्षित तरुणीचे चित्र उत्तरेच्या रूपाने रागिणीत वामनरावांनी रेखाटले आहे. इंग्लंडमध्ये नुकत्याच झालेल्या सफ्रेजेट चळवळीचे (स्त्रियांना दास्यांतून मुक्त करून सर्व बाबतीत स्त्री पुरुषाची समता प्रस्थापित करू पाहणाऱ्या चळवळीचे) प्रतिध्वनी उत्तरेच्या तोंडी वारंवार आपल्याला ऐकू येतात. तीन तपांपूर्वी अशा बोलभांड उपनायिकेचं 'भांडखोर' या विशेषणाने कौतुक व्हावे यांत काहीच नवल नव्हते. कुठल्याही प्रतिकाराचे पहिले स्वरूप बहुधा शाब्दिक असते. काल खाली मान घालून मुकेपणाने जुलूम सोसणारी व्यक्ति अथवा वर्ग आज मान ताठ करून, डोळ्याला डोळा भिडवून आपल्यावर होणाऱ्या अन्यायाचा निषेध करू लागला आहे हे पाहण्यात एक प्रकारचे सात्त्विक सुख असते, यात संशय नाही. महाराष्ट्रातल्या सुशिक्षित स्त्री-पुरुषांना ते सुख उत्तरेने दिले. देवलांची मुकी शारदा नंतरच्या दीड तपांत बोलकी उत्तरा झाली.

आतां तीन तपांनी 'रागिणी' वाचताना उत्तरेच्या या शाब्दिक बंडखोरपणाचे आपल्याला तितकेसे महत्त्व वाटत नाही. कारण बंडखोरपणाची कुठलीही कृति ती करीत नाही.

मात्र उत्तरा निर्माण झाल्यानंतरच्या दहा बारा वर्षांत तिच्या पावलावर पाऊल टाकून जाणाऱ्या नायिका निर्माण होऊ लागल्या. प्रा. फडके यांच्या 'जादूगार' व 'दौलत' या त्याच कालखंडात लोकप्रिय झालेल्या कादंबऱ्या. या दोन्ही कादंबऱ्यांचे मुख्य कथासूत्र जागृत झालेल्या तरुण नायिकेभोवतीच गुंफले गेले आहे. इंदुमती ही 'जादूगार' ची नायिका. पुरुषजातीच्या अरेरावीचे आणि स्वच्छंदी वर्तनाचे दुष्परिणाम किती भयंकर असतात हे ती लहानपणापासून पाहत आली आहे. तिच्या वडिलांनी एका बाईच्या नादाने तिच्या आईला जन्माची दुःखी करून ठेवलेली असते. आपल्या सुस्वभावी आईचा हा छळवाद एखाद्या शल्याप्रमाणे इंदुमतीच्या मनात डाचत राहतो. आईच्या अमानुष वर्तनाने गोंधळून गेलेला आणि दुःखी झालेला शेक्सपीअरचा हॅम्लेट 'स्त्रीजात तेवढी निमकहराम !' असे उद्गार काढतो ना ? मोठी झालेली इंदुमतीही त्याच पद्धतीने 'पुरुषजात तेवढी निमकहराम' असे स्वतःशी म्हणत असते. पुढे आनंदरावांच्या प्रेमात पडल्यामुळे तिचे मतपरिवर्तन होते हा भाग निराळा ! पण 'जादूगार' कादंबरीतले तिचे प्रारंभीचे चित्रण पाहताना पुरुषजातीचा द्वेष करायला जिला एक सबळ कारण मिळाले आहे अशी उत्तराच आपल्यापुढे वावरत

आहे असा वाचकाला क्षणभर भास झाल्यावाचून राहत नाही !

मात्र आपल्यावर होणाऱ्या अन्यायाच्या प्रतिकाराकरता अगदी एकट्याने लढण्याची हिंमत बाळगणारी स्त्री समाजातल्या मध्यमवर्गात निर्माण होत आहे हे अधिक स्पष्टपणाने चित्रित झाले ते तीन कादंबऱ्यांत–पहिली ना. ह. आपट्यांची 'न पटणारी गोष्टी', दुसऱ्या फडक्यांची 'दौलत' व तिसरी वरेरकरांची 'विधवाकुमारी.' 'न पटणारी गोष्ट' मधील नीरा लोभी मामा आणि म्हातारपणी सुंदर तरुण बायको मिळवू पाहणारे काकासाहेब यांच्या कारस्थानाला बळी पडते. पण 'कुणी बिचारी कशी हका' अशा मुक्या मेंढरांच्या जातीतली ती नाही. काळोखाच्या भयाण समुद्रावर प्रकाशाचा एक किरणसुद्धा मात करू शकतो हे तिला ठाऊक आहे. मानवी जीवनातल्या विचित्र अंधकारात असा किरण कोठून बाहेरून येत नाही. तो आतूनच प्रगट व्हावा लागतो– प्रचंड काळेकुट्ट पाषाण फोडून एखाद्या झऱ्याचा उगम होतो तसा. ही आत्मशक्ति जागृत व्हावी असेच नीरेच्या आयुष्यातले पूर्वसंस्कार आहेत. इतर प्राणी बळी जाताना आक्रोश करतात आणि मग अन्यायी शस्त्रापुढे मुकाट्याने मान वाकवितात. पण मनुष्य हा एकच प्राणी असा आहे की, शरीर बळी गेले तरी त्याचा आत्मा उफाळून उठू शकतो. रक्ताने लडबडलेल्या त्याच्या कंठातून जुलमाचा निषेध करणाऱ्या गर्जना निघतात. हातपाय साखळदंडांनी खुशाल जखडले जावोत ! त्या बंधनांची त्याला पर्वा वाटत नाही. माणसाच्या आत्म्याला करकचून बांधून टाकणारे साखळदंड जगात निर्माण होऊ शकत नाहीत, या श्रद्धेने तो त्या बंधनांविरुद्ध लढा पुकारतो.

'नीरा' हेच करते. 'न पटणारी गोष्ट' या कादंबरीवर आधारलेला 'कुंकू' हा बोलपट पंधरा वर्षांपूर्वी अत्यंत लोकप्रिय झाला याचे एक प्रमुख कारण नीरेच्या या स्वभावरेखनांत आहे. मध्यमवर्गातल्या जागृत झालेल्या आणि अन्यायाविरुद्ध बंड करू पाहणाऱ्या स्त्री-मनाचे ते एक प्रतीक होते. जन्माचा जोडीदार निवडण्याच्या बाबतीतला आपला हक्क, श्रीमंतीची धुंदी डोळ्यांवर आलेल्या बापाकडून लाथाडला जात आहे असे पाहताच 'दौलत' मधील निर्मला मुळुमुळू रडत अथवा कुढत बसत नाही. पूर्वसंस्कारांमुळे तिची आई जो झगडा करायला भिते त्याचे आव्हान ती हसतमुखाने स्वीकारते. 'विधवा कुमारी' तील मधूही असाच आपला तेजस्वी बाणा पदोपदी प्रगट करते.

■

जीवनाची चाकोरी बदलायला उत्सुक झालेल्या, घराच्या चार भिंतीत कोंडून पडायला नाखूष असणाऱ्या आणि आपल्या व्यक्तित्वाचे संरक्षण करण्याकरता संकटांना तोंड देऊ इच्छिणाऱ्या अशा नायिका त्या काळच्या ललित वाङ्मयात आढळतात. पण 'सुशीला' त्या सर्वांपेक्षा भिन्न आहे. नीरा किंवा निर्मला या स्वत:वर

होणाऱ्या अन्यायाशी झगडतात. त्या जीवनांतल्या संघर्षाचा वैयक्तिक व भावनात्मक दृष्टीने विचार करतात. सुशीला तशी नाही. तिचा पति रावबा दुसऱ्या बाईच्या नादी लागतो, किंवा पुढे समाजांत मोकळेपणाने वागताना जगाच्या संशयी जिभेशी तिला मुकाबला करावा लागतो, तेव्हा तिची स्थिती सर्वसामान्य स्त्री सारखीच असते. पण अशा प्रसंगी ती संकटाला तोंड कसे द्यायचे एवढाच विचार करीत नाही. ती अधिक खोल जाते. आपले दु:ख हा समाजातल्या अशाच प्रकारच्या अफाट दु:खाचा एक लहानसा भाग आहे असे ती मानते. ती अंतर्मुख होते, व्यापक दृष्टीने विचार करू लागते. आपल्या सामाजिक दु:खांच्या मुळाशी असलेली कारणे ती शोधते. एवढी विचारप्रधान नायिका मराठी ललित वाङ्मयात दुसरीकडे कुठेही आढळणार नाही. ∎

अशी नायिका चित्रित करण्याची कल्पना वामनरावांच्या मनात कशी विकसित झाली असेल याचे थोडेसे पृथक्करण करणे मनोरंजक होईल. मुलींच्या शाळा-कॉलेजांत शिकविताना १९१८ ते १९२८ या दशकांत अनेक हुषार मुली त्यांच्या डोळ्यांपुढून गेल्या असतील. पहिले महायुद्ध होऊन गेलेले. रशियात साम्यवादी विचारसरणीचा विजय होऊन एका नव्या समाजक्रांतीचे प्रयोग सुरू झालेले. खुद्द आपल्या देशात महात्मा गांधींनी असहकारितेच्या मार्गाने राजकीय पारतंत्र्याविरुद्ध मोहीम पुकारलेली. या साऱ्या वातावरणामुळे त्यावेळी शाळा-कॉलेजात शिकणाऱ्या मुलांमुलींच्या मनात अनेक विचारचक्रे अष्टौप्रहर गरगर फिरत असली पाहिजेत. सामाजिक आचारविचारात गाडीने रूळ बदलण्याची ती वेळ होती. त्या कालखंडांत शिकणारी आणि शहरी वातावरणात वाढणारी मध्यमवर्गातली मुलगी नकळत जुन्या रूढींपासून आणि परंपरागत संस्कारांपासून दूर होत होती. स्त्री-शिक्षणाची तिसरी पिढी सुरू होण्याचा तो काळ असल्यामुळे अशी मुलगी थोडे फार शिक्षण मिळालेल्या आईच्या हाताखाली वाढलेली असे. शहरी जीवनात जागेचा प्रश्न महत्त्वाचा असल्यामुळे देवघराचा संकोच होणे आणि देवपूजा संपुष्टात येणे अपरिहार्य होते. वडील माणसांच्या सोईकरता किंवा चारचौघांसारखे वागण्याकरता अशा गोष्टी घरात सुरू राहिल्या तरी त्यांची धार्मिक बैठक बरीचशी ढासळली होती. समाजमनाचा शतकानुशतके परलोकाकडे झुकलेला एक डोळा निश्चितपणाने इहलोकाकडे वळला होता.

ही पार्श्वभूमि लक्षात घेतली म्हणजे 'जगात देव आहे का ?' अशी शंका घेणारी आणि तिचे तर्कशुद्ध उत्तर शोधून काढण्याकरता कांट्याकुट्यांतून आणि खांचखळग्यांतून निर्भयपणाने वैचारिक प्रवास करणारी स्त्री हा सामाजिक सुधारणेच्या मार्गावरला एक महत्त्वाचा टप्पा होता हे कुणालाही कबूल करावे लागेल. प्राचीन काळापासून देवधर्माच्या अगणित कल्पनांनी आणि त्यातून निर्माण होणाऱ्या अंधश्रद्धांनी भारतीय स्त्री इतकी जखडली गेली होती की, तिने 'जगात देव आहे का ?' असा

रोकडा सवाल करणे आणि थातूरमातूर करून दिलेली उत्तरे न स्वीकारता तर्कशुद्ध दृष्टीने या प्रश्नाचा निर्णय लावण्याची धडपड करणे ही गोष्ट नि:संशय क्रांतिकारक होती.

वामनराव स्वभावाने सौम्य होते. त्यांच्या दैनंदिन जीवनांत सौजन्य ओतप्रोत भरून वाहत होते. कुणाला उद्देशून चुकून एखादा रागाचा शब्द तोंडून निघून गेला तरी त्या एका शब्दापायी त्यांचे मन चोवीस तास चुकचुकत बसे. ते मोठे रसिक आणि समतोल टीकाकार होते. पण टीका लिहून झाल्यावर आपले हे विधान लेखकाला लागणार नाही ना, आपण दर्शविलेला हा दोष पाहून तो रागावणार नाही ना, अशी रुखरुख त्यांना लागून राहते असे.

अशा सौजन्यपूर्ण स्वभावाच्या लेखकाने 'सुशीला' निर्माण करावी याचे अनेकांना आश्चर्य वाटले. पण वामनराव नुसते सौजन्याचेच उपासक नव्हते. ते सत्याचे संशोधकही होते. जीवन हे अगणित रंगी-बेरंगी धाग्यांनी विणलेले जेवढे विचित्र तेवढेंच विशाल वस्त्र आहे. त्या वस्त्राचा एखादा लहानसा तुकडा घेऊन आपण तो खिशांत घालतो आणि साऱ्या वस्त्राची घडी आपल्यापाशी आहे असा अभिमान बाळगतो, हे त्यांना पुरेपूर ठाऊक होते. सत्यापेक्षा अर्धसत्याची किंबहुना सत्याचा मुलामा दिलेल्या असत्याची जग पूजा करीत सुटते. या गोंडस पण अमंगळ पूजेतूनच जीवनातली असंख्य दु:खे निर्माण होतात. या असत्याचे मुखवटे दूर करणे, अशा अर्धसत्याचे बुरखे काढून टाकणे, हा वामनरावांच्या सत्यपूजक मनाचा अत्यंत आवडता छंद होता. त्यांच्या वैचारिकतेचा उगम या मनोवृत्तीत आहे. 'रागिणी', 'सुशीलेचा देव' व 'इंदु काळे व सरला भोळे' या तिन्ही कादंबऱ्यांत आत्म्यापासून कलेपर्यंत जीवनाशी निगडित असलेल्या अनेक प्रश्नांची वामनरावांनी जी सूक्ष्म दृष्टीने चर्चा केली आहे, तिचे मूळ त्यांच्या सत्यप्रीतीत आहे. सत्य हे त्यांचे आराध्य दैवत. हे दैवत मोठे दुर्गम असले तरी त्याचे, ओझरते का होईना, दर्शन मनुष्याने घेतलेच पाहिजे, तरच तो जीवनाचा भाष्यकार होऊ शकेल, अशी त्यांची श्रद्धा होती.

याच श्रद्धेतून सुशीला निर्माण झाली. पिढ्यान्पिढ्या, शतकानुशतके, भारतीय स्त्री देवावर विश्वास ठेवून जगत आली. आकाशाच्या निळ्या पडद्यापलीकडे साऱ्या विश्वाचा सूत्रधार बसला आहे, आज नाही तरी मरणानंतर त्याच्याकडून आपल्याला न्याय मिळेल, या आशेने प्रफुल्लित होऊन ती कांट्याकुट्यांतून चालत होती. सावित्रीने आपल्या पुण्याईने प्रत्यक्ष काळाच्या जबड्यांतून पतीचे प्राण परत आणले ही कथा तिला जन्मभर धीर देत असे. नालायक पतीमुळे आयुष्यांत येणारा भकासपणा ती श्रद्धेच्या फुलांनी झाकून टाकत होती. उद्या मिळणाऱ्या अमृताच्या

आशेने आज हातातून हिरावून घेतल्या जाणाऱ्या पाण्याबद्दल ती दुःख करीत नव्हती.

भारतीय स्त्रीची ही श्रद्धा जितकी अंध तितकीच उत्कट होती. यांत तिचा बिचारीचा तरी काय दोष होता ? सारा समाजच जिथे इहलोकापेक्षा परलोकाची किंमत अधिक मानत होता, आपल्या नशिबी असलेले दुःख, दैन्य आणि दारिद्र्य ही आपल्याच पूर्वकर्माची फळे आहेत असे म्हणून कपाळाला हात लावून ती भोगीत होता, आकाशांतल्या ग्रहांच्या हातांत आपल्या सुखदुःखांची दोरी आहे असे मानून त्यांच्यापुढे मान वांकवीत होता, तिथे घराच्या चार भिंतीपलीकडचे जग ठाऊक नसणाऱ्या स्त्रीने या जीवनाविषयक तत्त्वज्ञानाविरुद्ध कधी ब्रसुद्धा उच्चारला नाही हे स्वाभाविकच होते. सुशीलेचा बंडखोरपणा ठसठशीतपणाने डोळ्यांत भरतो तो याच पार्श्वभूमीमुळे. पांच हजार वर्षे भारतीय समाज ज्या श्रद्धांची पूजा करीत आला होता त्यांना धक्का देण्याकरिता विसाव्या शतकाच्या पहिल्या पंचवीस वर्षांच्या संक्रमणकाळांत वाढलेल्या एका मुलीची योजना करण्यात वामनरावांनी मोठे औचित्य दाखविले यांत शंका नाही.

■

मात्र या कादंबरीतला सुशीलेच्या मनाचा विकास हा सर्वस्वी वस्तुनिष्ठ नाही. त्यांत आत्मनिष्ठेचा बराच भाग आहे हे अवश्य लक्षांत ठेवले पाहिजे. तो एका दृष्टीने वामनरावांच्या आणि त्या काळच्या निवडक विचारवंत तरुणांच्या मनाचा आलेख आहे. देवाधर्माविषयीच्या परंपरागत कल्पनांवर पूर्ण श्रद्धा असलेल्या वातावरणात ही पिढी जन्माला आली. साहजिकच प्रत्येक देवळांत आणि प्रत्येक मूर्तीत देव आहे या भावनेने तिने जीवनांतली पहिली पावले टाकली. तिने प्रत्येक देवळापुढे हात जोडले आणि प्रत्येक मूर्तीपुढे मस्तक नम्र केले. पण धरणीकंपात घरे भराभर कोसळून पडावीत त्याप्रमाणे नव्या शिक्षणाचे, नव्या जीवनाचे, नव्या विचारांचे आणि नव्या भावनांचे धक्के बसताच या अंधश्रद्धेला आधारभूत असलेल्या अनेक गोष्टी भराभर ढासळू लागल्या. तर्काच्या, अनुभवाच्या आणि व्यवहाराच्या कसोटीवर प्रचलित देवकल्पना घासून पाहताच तिच्यात सोने थोडे आणि हिण फार असे स्पष्ट दिसू लागले. जळी, स्थळी, काष्ठी, पाषाणी देव आहे या कल्पनेत काव्यच अधिक आहे हे त्या पिढीला चटकन् उमगले. सज्जनांचा वाली असलेला सर्वशक्तिशाली परमेश्वर समाजांतल्या सत्पक्षाच्या किंवा सत्प्रवृत्ती माणसांच्या साहाय्याला धावून येत नाही या दाहक अनुभवाने तिचे डोळे उघडले. पिढ्यान् पिढ्या एका चाकोरीतून जीवनविषयक विचार करणारे भारतीय मन या व अशा प्रकारच्या चटक्यांनी जागे झाले. परलोकाच्या आणि परमेश्वराच्या कल्पनेचा भीतीशी आणि नीतीशी दृढ संबंध असला तरी ती अनुभूतीपासून फार दूर आहे एवढे त्याला पुरेपूर कळून चुकले. एका सर्वपाक्षी आणि सर्वशक्तिमान देवाभोवती वैयक्तिक, कौटुंबिक आणि सामाजिक

जीवनातल्या अगणित महत्त्वाच्या गोष्टी गुंफल्या गेल्यामुळे जगात असा देव नाही ही खात्री होताच त्या सर्व गोष्टींची मांडणी पुन्हा नव्या रीतीने करणे आवश्यक झाले. हे एक प्रकारचे विचारमंथन होते. त्या मंथनाचा ताण सोसण्याची शक्ति समाजांतल्या मूठभर सुबुद्ध, सुशिक्षित आणि सत्प्रवृत्त लोकांतच काय ती होती. त्यामुळे सुशीला ही संपूर्णपणे प्रातिनिधिक नाही. वामनरावांनी तिच्या मानसिक विकासाच्या अनेक पायऱ्या दाखविल्या आहेत. ती त्या सर्व अतिशय वेगाने चढते आणि 'ध्येय हाच देव' या अनुभूतीच्या पायरीवर येऊन उभी राहते. सुशीलेच्या पिढीतल्या फारच थोड्या स्त्रिया या सर्व पायऱ्या चढू शकल्या असत्या आणि त्या चढणारांपैकी बहुतेकींना तिचा वेग असह्य झाला असता. सूर्यप्रकाश सर्व पक्ष्यांना प्रिय असला तरी प्रखर रविकिरणांवर आपली दृष्टी केंद्रित करून उडणारा गरुड त्यांत एखादाच असतो. माणसांतही तोच अनुभव येतो. सत्याची तोंडदेखली पूजा आपण सर्वच करतो. पण त्याच्या शोधाकरता कांटेकुटे तुडवून आणि डोंगरदऱ्या उल्लंघून जाण्याचे सामर्थ्य एखाद्याच्याच अंगी असते. दाहक सत्याच्या डोळ्याला आपण डोळा देऊ शकत नाही. कुठल्या तरी खालच्या पायरीवर उभे राहून तिथून सत्याचे जेवढे सौम्य दर्शन होईल तेवढेच घेणे सामान्य माणसाला परवडते.

मनुष्यस्वभावाविषयीचे हे कटु सत्य वामनरावांना ठाऊक नव्हते असे नाही. पण सर्वसामान्य मनुष्यस्वभाव चित्रित करणे हा त्यांच्या कादंबऱ्यांचा मुख्य हेतू नव्हता. जे वैचारिक संघर्ष त्यांनी व त्यांच्या पिढीने अनुभवले होते त्यांचे सूक्ष्म चित्रण करणे आणि त्या चित्रणाच्या द्वारे जीवनविषयक सत्याच्या शक्य तितके जवळ जाण्याचा प्रयत्न करणे हाच त्यांच्या प्रतिभेचा मुख्य विषय होता. 'रागिणी' तला भय्यासाहेब ब्रह्मविद्येच्या नादाने नवविवाहित सुंदर पत्नीचा त्याग करून देवाचा शोध करायला हिमालयांत निघून जातो किंवा 'इंदु काळे आणि सरला भोळे' मधील इंदु कलेच्या नादाने आणि स्त्री-स्वातंत्र्याच्या नव्या कल्पनांनी, मनाने का होईना, पतीपासून दूर जाऊ लागते, अशी स्वभावचित्रे वामनरावांना आकृष्ट करीत याचे कारण त्यांची प्रतिभा मुख्यत: चिंतनशील होती हेच होय. या बाबतीत मराठी कादंबरीकारांतले डॉ. केतकर तेवढे त्यांच्याशी तुल्यबळ ठरतील.

■

सुशीलेच्या मनाचा विकास चित्रित करताना वामनरावांनी आपले अनेक अनुभव उपयोगांत आणले असले पाहिजेत असे मी वर सूचित केले आहे. त्यांचे प्रत्यंतर 'ध्येय हाच देव' (विचार-विहार) या त्यांच्या लेखावरून सहज येईल. या कादंबरीच्या आधी त्यांनीं तो निबंध लिहिला. त्या निबंधातले अनेक विचार सुशीलेच्या तोंडी त्यांनी घातले आहेत, किंबहुना आपल्या चिंतनालाच त्यांनी कथारूप दिले आहे असे म्हटले तरी चालेल. हे रूप देताना त्यांच्या प्रतिभेचे सामर्थ्य जसे प्रगट झाले आहे

तशा तिच्या मर्यादाही उघड झाल्या आहेत. सुशीलेची दगडाच्या देवावरली श्रद्धा निरनिराळ्या अनुभवांनी नाहीशी होत जाते. पण लग्न होताच पतीविषयी तीच भावना तिच्या मनात निर्माण होते (काही अंशी प्रेमाच्या नव्हाळीमुळे, काही अंशी सामाजिक संस्कारांमुळे). त्याच्या सहवासांत अनेक कडूगोड प्रसंग ती अनुभवते आणि मग शेवटी 'पति देखील मातीच' हा निष्कर्ष काढते. पतिनिधनानंतर ती अधिक शिकते आणि सर्व सामाजिक घडामोडींकडे नव्या दृष्टीने पाहू लागते. समाजांतले दैन्य, दुःख आणि दारिद्र्य व व्यक्तींतली दुर्बळता, स्वार्थांधता आणि दांभिकता यांचे विविध अनुभव घेतल्यावर देव जसा दगडांत नाही आणि देवळांत नाही, तसा तो समाजातही नाही याची तिला जाणीव होते. पण जगांत देव नाही अशी खात्री झाली तरी तो असायला हवा होता असे माणसाला नेहमीच वाटत राहते. दुःखितांचे अश्रु पुसायला, दीन-दुबळ्यांवरले अन्याय नाहीसे करायला आणि जीवन हे घनघोर अरण्य नसून सुंदर बाग आहे अशी श्रद्धा सामान्य मनुष्याच्या अंत:करणांत रुजवावयाला जगांत देव नाही म्हणून मनुष्य थोडाच स्वस्थ बसतो. आपल्या अंत:करणांतल्या सर्व सत्प्रवृत्तींना आवाहन करून, तो जी नवी नवी स्वप्ने पाहतो त्यांच्यांतून स्वत:ला हवा असलेला देव तो निर्माण करतो. सुशीलेच्या मनाची उत्क्रांति अशीच झाली आहे.

तिच्या मनांतले हे बदल वामनरावांनी मोठ्या सूक्ष्मतेने आणि स्पष्टपणाने चित्रित केले आहेत. विशेषत: पहिल्या काही प्रकरणांतली बालमनाचे चित्रण करतांना विनोदाचा कुंचला त्यांनी सहजतेने हाताळल्यामुळे तो भाग मोठा आकर्षक झाला आहे. पुढे पुढे कादंबरीत वैचारिक चर्चेचे प्रमाण वाढते व तिला संवादात्मक निबंधाचे स्वरूप येते हे खरे. पण कोटिक्रमाने युक्त अशा भाषेची वामनरावांना आवड असल्यामुळे तो भागसुद्धा रुक्ष वाटत नाही.

मात्र एक गोष्ट कबूल केलीच पाहिजे. ती म्हणजे व्यक्तिमन हे विचार आणि भावना यांच्या संमिश्र रंगाने रंगत असते, या गोष्टीकडे वामनरावांचे झालेले थोडे फार दुर्लक्ष ही होय. सुशीला व रावबा यांच्या संसाराचे वामनरावांनी चित्रित केलेले चित्र पाहावे, तिचे व काफचे प्रसंग पाहावेत किंवा ती पुढे बळवंतरावाशी पुनर्विवाह करण्याचे ठरविते ती घटना पाहावी. रसपरिपोषाच्या दृष्टीने काहीतरी कमी पडत आहे असे वाचकाला सारखे वाटत राहते. मानसिक आंदोलनांवर उभारलेल्या कादंबरीत सृष्टिवर्णनाला आणि व्यक्तिच्या बाह्यचित्रणाला वामनरावांनी फाटा दिला हे योग्यच झाले. पण मानसिक आंदोलनांतले अनेक चढउतार मानवी मनांतले विविध रंग घेऊन रंगविण्याकडे त्यांनी जे दुर्लक्ष केले आहे ते मात्र तितकेसे बरोबर वाटत नाही. त्यामुळेच कादंबरीचा उत्तरार्ध पूर्वार्धाइतकाच सरस वाटत नाही. इतकेच नव्हे तर सुशीलेच्या सर्व कहाणीच भूमितीतल्या एखाद्या सिद्धान्तांप्रमाणे मांडल्याचा अधूनमधून भास होतो. जीवनाच्या नौकेचे सुकाणू भावनेच्या ताब्यांत असते म्हणून तर ती

अनेकदा कुठेतरी वाहत जाते. पण प्रसंगी प्रक्षुब्ध समुद्र उल्लंघून जाण्याचे साहसही ती करते ती याच बळावर ! मनुष्याचे बाह्य जीवन विचाराने नियंत्रित झाले आहे असे दिसते. ते थोडेफार खरेही आहे. पण त्यांचे आंतरिक जीवन– आणि सुखदु:खाच्या अनुभवांच्या दृष्टीने हेच जीवन बाह्यजीवनाहून अधिक महत्त्वाचे असते– विचारापेक्षां भावनेवर अधिक अवलंबून राहते. सामाजिक दृष्टीने हे अनिष्ट असेल, पण ते तसे आहे हे अमान्य करता येणार नाही.

या दृष्टीने हरिभाऊ आपट्यांच्या कादंबरीतली पात्रे आपल्याला अधिक जिवंत व अधिक जवळची वाटतात. मग ती स्वार्थी असोत वा ध्येयवादी असोत, प्रवाहपतित असोत वा प्रवाहविरुद्ध पोहणारी असोत ! त्यांच्या 'मी' कादंबरीतल्या भाऊच्या मनाचा विकास आणि सुशीलेच्या मनाचा विकास यांत एक प्रकारचे साम्य आहे. पण भाऊचा ध्येयवाद सुशीलेपेक्षा अधिक सक्रिय असूनही तो आपल्याला अधिक जवळचा आणि अधिक मानवी वाटतो. अमूर्त विचाराला किंवा ध्येयाला मिळालेले एक मानवी रूप अशा दृष्टीने काही ही स्वभावरेखा आपण पाहत नाही. एखाद्या निसर्गचित्रांतल्या पर्वतांत त्याची विशालता आणि उत्तुंगता यांच्याबरोबर त्याच्यावरले सर्व खांचखळगे आणि पाऊलवाटांसुद्धा दिसाव्यात तसे 'मी' मधल्या भाऊचे चित्रण वाटते. सुशीलेचे चित्र तितके सूक्ष्म पण सर्वस्पर्शी नाही.

सुनंद, बळवंतराव, रावबा व काफ या चार तरुण पुरुषांशी निरनिराळ्या नात्यांनी सुशीलेचा संबंध येतो. अगदी बाळपणापासून तिचा पुनर्विवाह होईपर्यंतचे तिचे या चौघांसंबंधीचे अनेक अनुभव या कादंबरीत आले आहेत. त्यांतले काही हृदयस्पर्शी आहेत यांत शंका नाही. रावबाचा पश्चात्ताप, सुनंदाचे कौटुंबिक जीवन, काफची आत्महत्या इत्यादी गोष्टींमुळे त्याच्या मनांत चलबिचल उडणार नाही असा वाचक विरळाच सापडेल. पण असे असूनही ही सर्व पात्रे एकेरी वाटतात. कादंबरीकाराला आपले प्रमेय सिद्ध करण्याकरता प्रत्येकाच्या स्वभावावर किंवा जीवनावर जेवढा प्रकाश टाकणे जरूर वाटले तेवढाच त्याने टाकला आहे.

वामनरावांतला विचारवंत हा त्यांच्यातल्या कलावंताचेपेक्षा वरचढ असल्यामुळे हे घडले आहे हे उघड आहे. हे लेखकाचे फार मोठे वैगुण्य आहे असंही म्हणता येणार नाही. कांही काही झाडांवर फुले असतात तेव्हा पाने नसतात आणि जेव्हा पाने दिसूं लागतात तेव्हा त्यांची फुले नाहीशी होतात. वामनरावांसारख्या लेखकांची प्रतिभाही अशीच असते. हरिभाऊंप्रमाणे कलात्मकता आणि वैचारिकता यांचा नेहमी संगम साधणे त्यांना साधत नाही.

ही मर्यादा मान्य करून 'सुशीलेच्या देवा' कडे पाहिले तर या कादंबरीत अनेक हृदयंगम गोष्टी आढळतील. गिरिधररावांचे स्वभावचित्र रेखाटताना वामनरावांनी

मोठी कुशलता व्यक्त केली आहे. त्या काळांतल्या प्रामाणिक बुद्धिवाद्याचा तो एक उत्कृष्ट नमुना आहे. त्यांच्या 'स्पेन्सर म्हणतो' या पालुपदाचे आपल्याला पदोपदी हसू आले आणि स्थानी अस्थानी प्रत्येक गोष्टींवर तर्कशुद्धतेचे हत्यार चालविण्याची त्यांची पद्धत हातांत कुऱ्हाड मिळताच ती प्रत्येक झाडावर चालवून पाहणाऱ्या लहानग्या जॉर्ज वाशिंग्टनइतकीच शहाणपणाची वाटली, तरी आपल्याला त्यांच्याविषयी केवळ सहानुभूतिच नव्हे तर आदरसुद्धा वाटतो. त्यांच्या एकांगी बुद्धिवादाचे हत्यार रावबा त्यांच्या विरुद्ध वापरतो आणि त्यांना 'स्वाभाविक शिक्षा' देतो हा प्रसंग (पृ. ५५) वामनरावांनी नुसता सूचित केला आहे. तो त्यांनी सविस्तर रंगविला असता तर गिरिधररावांविषयीच्या विचित्र करुणेने वाचक गद्गदून गेला असता.

सुनंद, बळवंतराव व काफ ही कथा व विषय यांच्या दृष्टीने सुशीलेच्या खालोखाल अतिशय महत्त्वाची पात्रे होत. त्यांची चित्रणे थोडी अस्पष्ट एकेरी आहेत हे खरे. पण वामनरावांना अभिप्रेत असलेले रंग वाचक आपल्या कल्पनेच्या कलमाने या चित्रांत भरतो आणि मग प्रत्येक स्वभावचित्र अधिक परिणामकारक वाटू लागते. गरिबीत वाढलेला सुनंदच पाहा ! त्याचे मन किती श्रीमंत आहे ! सुशिक्षितांना लठ्ठ पगाराच्या नोकऱ्या सुलभतेने मिळण्याचा काळ होता तो. पण त्या काळांतही कॉलेजांत जायचे ते पैसा मिळवून सुखी होण्याकरिता हा विचार सुनंदाच्या मनाला शिवतसुद्धा नाही. तो तिथे जातो आणि अधिक जहाल देशभक्त बनतो. कुठेही गेले तरी प्रामाणिक देशभक्ताच्या पांचवीला दारिद्र्य पुजलेले असायचेच ! त्यामुळे पुढे सुनंदाच्या संसारांत चांदणे कधीच फुलत नाही. पण हा ध्येयवादी जीव फुललेल्या निखाऱ्यांवरून चालत असतानाही असा हसत राहतो की, तो फुलांच्या पायघड्यांवरून जात आहे, असा इतरांना भास व्हावा. गांधीजींनी दिग्दर्शित केलेल्या आर्थिक, सामाजिक आणि सांस्कृतिक क्रांतीकडे भारताला आता जायचे आहे. क्रांतीचे मार्गदर्शन करणाऱ्या माणसांच्या मनाची बैठक कशी असावी असे मला कुणी विचारले तर मी या कादंबरीतल्या सुनंदाकडे बोट दाखवीन. त्याच्या डोळ्यांत अश्रु आहेत, पण ते स्वत:करता किंवा आपल्या संकुचित संसाराकरिता नाहीत. त्याच्या अंत:करणांत अग्नि आहे. पण तो पवित्र यज्ञकुंडांतला अग्नि आहे. भावनेची उत्कटता आणि स्थितप्रज्ञता यांचे मोठे हृदयंगम मिश्रण त्याच्या स्वभावात झाले आहे. त्यामुळे या कादंबरीत त्याला फारसा अवसर मिळाला नसूनही तो मनाला चटका लावून जातो.

बाळू ऊर्फ बळवंतराव याची गोष्ट अगदी निराळी आहे. त्याची देशभक्ति सुनंदापेक्षा कोणत्याही दृष्टीने कमी नाही. पण तिला अधिष्ठान आहे ते विचाराचे. त्यामुळे सबंध कादंबरीत बळवंतराव काही विशेष कृति करतो असे वाचकाला वाटत नाही. सुनंदा, रावबा आणि काफ या तिघांच्या मानाने त्याचे जीवन संथ आहे.

एखाद्या नदीला कुठे वेडीवाकडी वळणे असू नयेत; तिच्यांत कुठे धबधबे निर्माण होऊ नयेत; पण सपाट प्रदेशांतून वाहत जाता जाता तिने भोवतालचा भूभाग मात्र समृद्ध करावा तसा बळवंतरावाचा आयुष्यक्रम आहे. जे चमकते त्याच्याकडे डोळे विस्फारून पाहणाऱ्या जगाला असा जीवनक्रम मिळमिळीत वाटतो. पण शेवटी सुशीलेशी पुनर्विवाह होतो म्हणून नव्हे तर इतर दृष्टीनीही कादंबरीकार बळवंतरावालाच आपला नायक मानीत आहे असे दिसून येईल. विचारी माणसाची आपल्या समाजांत बहुधा उपेक्षा होते, त्याच्या विवेकावर वेळी अवेळी दुबळेपणाचा छाप बसतो. कुठल्याही प्रश्नाच्या दोन्ही बाजू पाहण्याची आणि कोणतीही कृति करताना भावनेच्या तात्कालिक तृप्तीपेक्षा चिरकालीन परिणामाकडे दृष्टी ठेवण्याची त्याची वृत्ति सहजा गौरविली जात नाही. हे सारे स्वाभाविक असले तरी विवेकी मनुष्याकडे समाजाचे नेतृत्व गेल्याशिवाय त्याची खरीखुरी सुधारणा होणार नाही असे वामनरावांचे मत होते. त्यामुळे बळवंतरावांचे चित्र रेखाटतांना त्याला वाचकांकडून न्याय मिळावा अशी दक्षता त्यांनी घेतली आहे.

पण विचार काय, विवेक काय, अथवा बुद्धिवाद काय या साऱ्या गोष्टी सामाजिक प्रगतीला उपकारक असल्या तरी त्यांना सात्त्विक भावनेची, सामाजिक दृष्टिकोनाची, मनुष्यस्वभावाच्या ज्ञानाची आणि मानवी जीवनाविषयीच्या प्रेमाची जोड नसेल तर त्या दुःखकारक झाल्यावाचून राहत नाहीत. रावबाचे स्वभावचित्र रेखाटतांना ही गोष्ट वामनरावांच्या डोळ्यांपुढे उभी असावी. त्यांची सुशीला मूर्तिभंजक आहे. बुद्धीला न पटणाऱ्या प्रत्येक जीर्ण श्रद्धेकडे ती त्वेषाने पाठ फिरविते ही गोष्ट खरी ! पण समाजाने पिढ्यान् पिढ्या आंधळेपणाने पूजा केलेल्या मूर्ती हे शुद्ध दगड आहेत, असा निर्भयपणाने निर्णय घेतल्यावर ती नव्या देवाचा शोध करायला प्रवृत्त होते. रावबाही मूर्तिभंजक आहे. पण तो नुसता मूर्तिभंजकच आहे. निसर्ग हा त्याचा देव ! त्याच्या पलीकडे तो काही जाणत नाही. पापपुण्याची जुनी मूल्ये त्याने मान्य करू नयेत हे स्वाभाविकच आहे. पण पापपुण्याची नवी मूल्ये शोधून काढण्याची त्याला मुळीच आवश्यकता वाटत नाही. मानवी प्रगति केवळ मूर्तिभंजनाने होत नाही. तिला मूर्तिपूजनाचीही तितकीच जरूरी असते. भंजनाला पूजनाची जोड मिळाली नाही तर बुद्धिवाद हा निव्वळ सुखवाद ठरतो. या सुखाची मर्यादाही खा, पी, आणि मजा कर या सूत्रापलीकडे जात नाही. संस्कृति मनुष्याला सामाजिक करण्याचा प्रयत्न करीत असते. ती शरीरसुखाचे स्तोम माजविणारे तत्त्वज्ञान मान्य करीत नाही. दुसऱ्याच्या दुःखावर उभारलेले सुख भोगतांना माणसाला खंत वाटली तरच त्याची माणुसकी जागृत आहे असे तिला वाटते. रावबाच्या आयुष्यक्रमाकडे या दृष्टीने पाहिले म्हणजे प्रत्येक भावनेची लहानपणापासून हुरेवडी करायला शिकलेले मन नकळत बधिर कसे होते आणि पशुतेकडे कसे वळते हे कळते. वामनरावांना जसा जुना देववाद

(त्यांत दैववाद आलाच) अर्थशून्य वाटतो तसा नवा जडवादही अनर्थकारक वाटतो. देव दगडांत नसेल, देवळांत नसेल, आकाशांत नसेल, कुठल्याही कर्मकांडांत नसेल; पण तो माणसाच्या मनांत आहे, त्याच्या संस्कृतीत आहे, त्याच्या सामाजिक जाणिवांत आहे, त्याच्या गगनाला गवसणी घालणाऱ्या बुद्धीत आहे, साऱ्या जगाला प्रेमाने पोटाशी कवटाळणाऱ्या त्याच्या भावनेत आहे. 'ध्येय हाच देव' मानून समाजांतली सर्व प्रकारची विषमता नाहीशी करण्याकरतां धडपडणे हेच आपले कर्तव्य आहे असे सुशीला कादंबरीच्या शेवटी ठरविते याचे कारण हेच आहे.

■

काफच्या पात्रामुळे या कादंबरीच्या कथानकाला गति मिळाली आहे, तिच्यांत थोडे नावीन्यही आले आहे. एका टोकाला रावबाचा भावनाशून्य जडवाद व दुसऱ्याला टोकाला काफचा भावनाविवश मानवतावाद मांडून वामनरावांनी जीवनविषयक मूल्यांचे मापन करण्याचा केलेला हा प्रयत्न त्यांच्या चिकित्सक वृत्तीला शोभेल असाच आहे.

दुसऱ्या एखाद्या कादंबरीकाराने काफचे पात्र सर्व बाजूंनी हाताळून कथानकाला अधिक रंगत आणली असती, पण वामनरावांचे चित्त अशा गोष्टींत रमत नाही हेच खरे. काफचीच गोष्ट कशाला हवी ? ही सारी कादंबरीच त्यांनी कथाकारापेक्षा विचारवंताच्या भूमिकेवरून लिहिली आहे. त्यामुळे तिच्यांत कथा (Story) आहे, पण कथानक (Plot) नाही असे म्हणण्याचा वाचकाला मोह होतो. इतर कादंबरीकार विविध व्यक्तीचे जीवनप्रवाह एकत्रित आणून त्यांची गुंतागुंत करण्याचा प्रयत्न करतात. अशी गुंतागुंतीची संधि आली तरी वामनराव तिचा उपयोग करीत नाहीत. त्यांचा भर बाह्य प्रसंगांवर नसून मानसिक आंदोलनांवर आहे. कृत्रिम रहस्यांनी वाचकाची उत्कंठा वृद्धिंगत करण्यापेक्षा माणसाच्या मनाचे पापुद्रे हलक्या हाताने दूर करून त्याच्या सत्य स्वरुपाविषयी उत्सुकता उत्पन्न करणे हे ते आपले कार्य मानतात. त्यामुळे कादंबरीच्या मांडणीत झालेला बदलही लक्ष देण्याजोगा आहे. 'पण लक्ष्यांत कोण घेतो ?' मधल्या यमूप्रमाणे सुशीलेला आत्मनिवेदन करता आले असते अथवा त्या पद्धतीचा अवलंब न करता लेखकाला निवेदनपद्धतीने तिचे सर्व जीवन चित्रित करता आले असते. पण वामनरावांनी यांपैकी कुठलीही एक पद्धती न स्वीकारता दोन्हींचे मिश्रण या कादंबरीत केले आहे. कादंबरीतल्या प्रमुख पात्रांचा मित्र अशी लेखकाची भूमिका असल्यामुळे हा प्रयोग थोडाफार यशस्वीही झाला आहे. थोडाफार म्हणण्याचे कारण निवेदन व आत्मनिवेदन यांचे रूळ बदलताना आणि कथेतल्या लहानमोठ्या घडामोडी सूचित करताना अनेक ठिकाणी सफाईचा अभाव जाणवतो.

या कादंबरीनंतरची 'इंदु काळे व सरला भोळे' ही कादंबरी वामनरावांनी

पत्ररुपानेच लिहिली. माणसाचे खरेखुरे अंतरंग पत्रांत, दैनंदिनीत किंवा अशाच प्रकारच्या लिखाणांत व्यक्त होते असे त्यांना वाटू लागले असावे, हे या कादंबरीवरूनही दिसून येईल.

■

अंतर्मुख व चिंतनशील लेखकाला प्रौढपणी असे वाटू लागणे स्वाभाविक आहे. पण अशा प्रकारच्या लेखकांत सहज न आढळणारी अलंकारप्रियता वामनरावांच्या लिखाणांत वारंवार डोकावते. पृ. ५७ वरले सुशिलेचे आत्मकथन पाहावे. रावबाने रूपाबाईला घरांत आणून ठेवले आहे, सुशीलेची मन:स्थिती अडकित्त्यांत सापडल्यासारखी झाली आहे, पतिप्रेम आणि स्वाभिमान यांचा झगडा तिच्या मनांत सुरू आहे. अशा वेळी ती लिहिते, 'अशा स्थितींत रूपाबाईचे प्रस्थ न माजले तरच नवल. हळूहळू माझे स्वामित्व गेले इतकेच नव्हे, तर माझ्याकडे दासीत्व येऊ लागले आणि हे मात्र मला सहन झाले नाही. आणि एक दिवस घरांत चांगलीच खडाजंगी झाली. त्या वादामुळे आणि गडगडाटामुळे ते मोहनिद्रेंतून थोडेसे जागे झाले आणि मग आमच्या डोळ्यांतून पर्जन्याचा वर्षाव होऊन दोघांची हृदयाकाशे काही दिवस बरीच स्वच्छ झाली.'

पृ. ९९-१०० वरील सुनंदाचा व सुशीलेचा खालील संवादही या संदर्भात अभ्यासण्याजोगा आहे–

सुनंदराव : सुशीले, बाळूला आणखी किती दिवस रखडत ठेवणार ? तू अत्यंत दुष्ट आहेस. 'हो' एवढं अक्षर म्हणायला तुझं काय जातं ?

सुशीला : एक अक्षरच कां ! दोन अक्षरं मी म्हणते– ना– ही !

सुनंदराव : बरं, अडचण काय आहे खरी ?

सुशीला : लग्न केल्यानं विश्वकुटुंबसंस्थेचं कार्य मागं पडेल असं वाटतं. शिवाय मला एकदा विलायतेस, अमेरिकेत, रशियांत वगैरे जाऊन तिकडची परिस्थिती प्रत्यक्ष पाहून यायची आहे. लग्न केल्यावर हे जमायचं नाही.

सुनंदराव : लग्न करून दोघेजण जा या सफरीवर म्हणजे झालं.

सुशीला : कल्पना चांगली आहे. पण–

सुनंदराव : 'पण' काय आहे ? सीतेसारखा धनुर्भंगाचा 'पण' लावणार आहेस की काय ?

हा संवाद वाचताना कोल्हटकर–गडकऱ्यांनी आठवण कुणाला होणार नाही ? वामनरावांच्या भाषाशैलीत जी अलंकारिकता आहे तिचा उगम कोल्हटकरांच्या लेखनपद्धतीचा त्यांच्यावर जो परिणाम झाला होता त्यांतच आढळेल असे मला वाटते. त्यांची ही अलंकारप्रियता काही ठिकाणी कृत्रिम वाटते, क्वचित् मनाचा

विरस करते. पण अनेक स्थळी त्यांचे गंभीर विचार रोचक करण्याला आणि त्यांची तात्त्विक चर्चा रंजक बनविण्याला तिने मोठी मदत केली आहे, याचा अभ्यासकाने स्वत:ला विसर पडू देऊ नये. शरीराचे सौष्ठव जसे एखाद्या अवयवाच्या सुरेखपणात नाही तर सर्व अवयवांच्या सुसंगतीत आहे तसे भाषाशैलींचे सौंदर्य हे अनेक वैशिष्ट्यांच्या संमीलनांत आहे. त्यांतले एखादे वैशिष्ट्य बाजूला काढून त्याची चर्चा करणे ही चिरफाड ठरेल. ती चिकित्सा नव्हे !

■

वामनरावांच्या तात्त्विक ललितलेखक आपल्या पहिल्या कादंबरीनेच लोकप्रिय होऊ शकला याचे श्रेय त्यांच्या अलंकारप्रियतेइतकेच किंबहुना तिच्याहूनही अधिक त्यांच्या विनोदाला दिले पाहिजे. हा विनोद अनेकदा शब्दनिष्ठ असतो. त्यांच्या कित्येक कोट्या अगदी सामान्य वाटतात. पण हे सारे वामनरावांच्या विनोदाचे बाह्यरूप झाले त्याचे अंतरंग मोठे मोहक आणि निर्दोष आहे. कोल्हटकर गडकऱ्यांच्या विनोदांत बुद्धिचापल्याबरोबर बोचरेपणा– क्वचित् चावरेपणाही– आहे. ते दोघेही अनेकदा भडक अतिशयोक्तीचा अवलंब करतात. वामनरावांचे तसे नाही. त्यांचे चिमटेसुद्धा गुदगुदल्यासारखे वाटतात. कुठलेही वैगुण्य असो, ते त्याच्यावर इतक्या नाजुकपणाने बोट ठेवतात की, स्वत:ची थट्टा झाली असूनही आपण त्यांच्यापेक्षा अधिक मोकळेपणाने हसू लागतो. एखाद्या तीक्ष्ण कट्यारील सुंदर मोरपिसे लावावीत तशी त्यांची चिकित्सक वृत्ति या विनोदामुळे उठून दिसते. ज्या समतोलपणामुळे ते प्रत्येक वादाच्या दोन्ही बाजू पाहू शकत आणि प्रत्येक तत्त्वज्ञानाचे सामर्थ्य व मर्यादा ओळखीत त्यांतूनच त्यांच्या या सात्त्विक विनोदी वृत्तीचा जन्म झाला असावा !

■

वामनरावांनी १९३० साली या कादंबरीला लिहिलेल्या छोट्या प्रस्तावनेत लिहिले होते, 'सुशीलेच्या व इतर पात्रांच्या मनात ईश्वरविषयक कल्पनांचे बाबतीत कशी क्रांति झाली हे निरनिराळ्या प्रकरणांत दाखविण्याचा प्रयत्न केला आहे.' आज जवळ जवळ दोन तपांनी या कादंबरीकडे वळून पाहिले म्हणजे एक गोष्ट स्पष्ट होते– तिचा विषय वामनराव मानीत होते तेवढा मर्यादित नाही. देव आहे की नाही हा प्रश्न मनुष्याला युगानयुगे अस्वस्थ करीत आला आहे. तो आहे म्हणावे तर या जगांत गोजिरवाणी बालके मृत्युमुखी पडतात, अश्राप जीव दु:खे भोगतात, प्रामाणिक माणसे उपाशी मरतात, सोन्यासारखी अंत:करणे असलेली माणसे मातीमोल ठरतात. तो नाही म्हणावे तर जन्ममृत्यूचे कोडे काही केल्या उलगडत नाही, बुद्धीने सर्व जीवन प्रकाशित करण्याचा कितीही कसोशीने प्रयत्न केला तरी त्याचे काही भाग काळोखात राहतात आणि त्या काळोखांतून ऐकू येणारे विचित्र आवाज मन बेचैन

करून सोडतात. अशा स्थितीत 'जगावे की मरावे' या प्रश्नाने गोंधळून गेलेल्या हॅम्लेटसारखी मनुष्याची मन:स्थिती होत असली तर त्यांत नवल नाही.

पण प्रत्येक पिढीला आणि हरघडीला माणसाला येणारा हा अनुभव आपल्या काळांतल्या पार्श्वभूमीवर रंगविणे एवढेच या कादंबरीत वामनरावांचे कार्य नव्हते. सत्याचा शोध करणाराला देवकल्पनेच्या बाबतीत अज्ञेयवादी होण्याशिवाय गति नाही हे जसे त्यांनी सूक्ष्मतेने चित्रित केले आहे, तसे केवळ अज्ञेयवादाने मनुष्य सुखी होऊ शकत नाही हेही त्यांनी स्पष्ट केले आहे. जगांत न्यायी आणि दयाळू देव असायला हवा असे माणसाला नेहमीच वाटत आले आहे. तसा देव आहे असे मानून त्या श्रद्धेवर तो आपल्या संस्कृतीची उभारणी करीत गेला. शतकाशतकांतून विकसित होत आलेला, महापुरुषांनी आपल्या रक्ताचे पाणी घालून वाढविलेला, जीवनाच्या रणरणणाऱ्या उन्हांत सर्वसामान्य मनुष्याला पावलोपावली सावली देणारा, या जगांत मृत्युवरही मात करणारी एक शक्ति माणसापाशी आहे– ती म्हणजे प्रीति,– हे आपल्या सुगंधी फुलांनी साऱ्या मानवजातीला हसतमुखाने सांगणारा आणि आपण जीर्ण झाले तरी ठिकठिकाणी पडलेल्या आपल्या फळांच्या बियांतून आपल्यासारखे वृक्ष निर्माण होतील, या श्रद्धेने झंझावाताला आव्हान देणारा त्या संस्कृतीचा वृक्ष देव नाही म्हणून आता काय वठू द्यायचा ?

जगांत देव नसेल; पण माणूस आहे ! त्याचे शरीर मर्त्य असले तरी बुद्धि अमर आहे; हृदय अमर आहे. मानवी संस्कृतीच्या वृक्षाचे संवर्धन करण्याची शक्ति त्याच्या बुद्धीत आणि हृदयांत नि:संशय आहे. म्हणूनच वामनरावांची सुशीला जगांत देव नाही अशी खात्री झाली तरी निराशेने निष्क्रिय होत नाही. यापुढे देवाचे काम माणसाने केले पाहिजे, हे ती ओळखते. सामान्य मनुष्यातला देव जागृत होईल तेव्हांच हे स्वप्न सत्यसृष्टीत उतरेल. तो देव जागृत करण्याचे प्रयत्न ठिकठिकाणी मानवता करीत आहे. सुशीलेच्या मुखाने त्या प्रयत्नांची चर्चा वामनरावांनी कादंबरीच्या उत्तरार्धांत सविस्तर केली आहे. त्यामुळे नवा मानव हा नकळत या कादंबरीचा विषय झाला आहे. 'नवा समाज', 'नवा मानव', 'नव्या श्रद्धा', 'नवी मूल्ये' हे शब्द आज आपल्या भोवतालच्या वातावरणांत सारखे घुमत आहेत. अशी वेळी वामनरावांची ही विचारप्रेरक कादंबरी महाराष्ट्रांत घरोघर लहानथोर विद्यार्थ्यांनी वाचली पाहिजे, तिच्यातल्या ज्योतीवर आपल्या मनातल्या स्नेहपूर्ण वाती लावून घेतल्या पाहिजेत. तसे करताना भोवतालच्या अंधकार उजळविण्याचा मार्ग त्यांना नि:संशय दिसू लागले.

वि.स.खांडेकर

कोल्हापूर
१९५३

अनुक्रमणिका

बाल-नायिका

या गोष्टीतील नायिकेच्या चरित्रातील पहिला वर्णन करण्यासारखा प्रसंग एके दिवशी दुपारी चार वाजता घडला.

या बाल–नायिकेला मागील दाराच्या अंगणातील तुळशीवृंदावनाजवळ बसवून बाळू, सुनंद व रावबा या नावाचे तीन मुलगे तेथल्याच जवळच्या लहानशा बागेत बकुळीची वगैरे फुले वेचीत होते. बाळूने काही बकुळीची फुले तिच्या चिमुकल्या हातात दिली व तिला कडेवर घेऊन तुळशीवृंदावनातील तुळशीजवळ नेले आणि 'देवबाप्पा' म्हटले. त्याबरोबर तिने ती फुले तुळशीवर टाकली व दोन्ही हात जोडून कपाळाजवळ नेले. तिला घेऊन तो मग इतर मुलांकडे गेला. पुन्हा तिच्या त्या नमस्काराचे कौतुक करण्याकरिता तो 'देवबाप्पा कर' म्हणाला, त्याबरोबर तिने पुन्हा हात जोडून त्यालाच नमस्कार केला. इतक्यात रावबा तेथे आला आणि त्याने 'देवबाप्पा' म्हटले, तेव्हा पुन्हा तिने हात जोडून त्याला नमस्कार केला. पुन्हा सुनंदाने 'देवबाप्पा' म्हटल्याबरोबर तिने बाळूलाच नमस्कार केला. अशा रीतीची नमस्काराची ही कसरत पाहून त्या लहान मुलांना व तिलाही किती तरी आनंद होत होता व तिची आई मागील दाराच्या ओटीवरून ते आपल्या मुलीचे होत असलेले कौतुक पाहून आनंदित होत होती. पण बाहेरून तिने बाळूला हाक मारून ''पुरे झाले रे हे तुझे कौतुक. एकसारखं काय मेलं तेच तेच!'' असे म्हटले.

हे बोलणे बाळूला थोडेसे लागले. त्याची काही ती सख्खी बहीण नव्हती किंवा नातलगही नव्हती. केवळ शेजारच्या बिऱ्हाडातील आवडती मुलगी म्हणून तो तिला घ्यावयाचा. पण त्याचे नशीब असे खडतर होते की, त्याने घेतल्यावर काही वेळाने काही तरी होऊन ती रडू लागली, की तिच्या रडण्याची त्याच्यावरच जबाबदारी यावयाची व त्यालाच बोलणी बसावयाची! आजच्या विशिष्ट प्रसंगी सुशीला रडत नव्हती, उलट आनंदात होती, तरी तिच्या आईकडून त्याला, सौम्य व बाह्यात्कारी अशा रागाचेच का होईना, पण बोलणे बसलेच. एकेकाचे नशीबच असे असते.

बाळूला त्या वेळी फुले वेचावयाचीच होती, म्हणून त्याने त्या बालिकेला तुळशीवृंदावनाजवळ भूमातेच्या अंकावर ठेवले व इतरांप्रमाणेच तो फुले वेचू लागला. काही वेळाने रावबा म्हणाला, "बाळू, आपण विटीदांडू खेळू या." सुनंदा व बाळू "आता नको, सुशीलेला विटी लागायची एखादवेळेस" असे म्हणून खेळण्याचे नाकारू लागले; पण रावबाचा विशेष आग्रह पडल्यामुळे त्याचे मन त्यांना मोडवेना व मग सुशीलेला विटी न लागेल अशा रीतीने तिला वृंदावनाच्या आड ठेवून ते खेळू लागले. लहानसेच मागीलदार, त्यांत पुन्हा दोहो बाजूला थोडीशी बाग, पण त्या सात आठ वर्षांच्या आंतबाहेरील बालकांना, तेवढीच ती जागा विटीदांडूला पुरत होती! रावबाला एक पित्त्या दिला व सुनंद आणि बाळू एका बाजूला झाले. रावबाने प्रथम कोलले व त्याची विटी झेलली गेली. लगेच तो म्हणाला, "हा डाव देवाचा!" सुनंदाला हे आवडले नाही; पण एवढ्यातेवढ्याकरिता भांडण नको म्हणून "हा डाव देवबाप्पाला" असे म्हणून तो सुशीलेकडे पाहून हसला. 'देवबाप्पा' शब्द ऐकल्याबरोबर सुशीलेने नमस्काराची कसरत केली व सगळ्यांना हसविले. रावबाने पुन्हा कोलले व डाव मग हळूहळू रंगला. रावबाने पित्त्याचे धरून ८७ झक्कू केले. बाळूचे व सुनंदाचे ८९ झाले होते. १०० ची कावड होती; म्हणजे १०० कोण आधी करतो हे पाहावयाचे होते. डाव रावबाचा होता. त्याने जोरात येऊन एक बारणी जी घेतली ती दैवदुर्विपाकाने सुशीला जराशी रांगत रांगत बाजूला सरली होती, तिला लागली. तिने अर्थात् भोकाड पसरले. हे पाहून रावबा जो पळाला तो शेजारच्या आपल्या घरांतल्या गच्चीवर जाऊन बसला. सुशीलेची आई घरात केर काढीत होती ती तशीच केरसुणी हातात घेऊन बाहेर आली व प्रथम सुशीलेला कडेवर घेऊन 'काय झालं, कुणी मारलं' म्हणून तिला विचारू लागली. ती काय उत्तर देणार? तिला बोलता तरी येत होते कुठे? सुनंदाने घडलेली खरी हकीगत सांगितली, तेव्हा लक्ष्मीबाई प्रथम "कुठे आहे तो रावबा?" म्हणाल्या, पण तो नापत्ता झालेला पाहून ती क्रुद्ध माता बाळू व सुनंद यांवरच तोंडसुख घेऊ लागली! "तरी मी म्हणत होते, की बाळू, तू तिला घेऊ नकोस. बरं घेतली तर घेतली, चांगली संभाळावी की नाही? पण तेही नाही.तिला जवळ ठेवून विटीदांडू खेळायचा! मेल्यांचा एकसारखा विटीदांडू चालतो. आण पाहू तो दांडू, जाळून टाकते, नाही तर तुझ्याच पाठीत मारते. बोलणाराचं तोंड दिसते, पण हा सुनंदा नंद्या आहे नुसता! आणि हा बाळ्या त्याच्या संगतीला लागून वकट लेंड करीत असतो. शेजाऱ्यांशी पोरांवरून भांडू नये, पण असली ही पोरं शेजारी असली तर मग भांडावं नाही तर काय करावं?..." इत्यादी, इत्यादी.

सुशीलेला विटी थोडीशीच लागली असेल; पण ही बोलणी बाळूला व सुनंदाला फार लागली. ती मुले चोरट्यासारखी तेथे उभी राहिली होती. इतक्यात

सुशीलेचे वडील विनायकराव तेथे आले व ''काय झालं सुशीलेला?'' असे म्हणून तिला त्यांनी युक्तीने क्षणार्धात उगी केले आणि ''देवबाप्पा कर, देवबाप्पा कर'' असा प्रेमळपणे आग्रह करू लागले. लगेच तिने 'देवबाप्पा' केला. सुशीला उगी झालेली पाहून बाळू व सुनंद हे आनंदले. सुशीलाही त्यांच्याकडे आता आनंदित मुद्रेने पाहू लागली. पण लक्ष्मीबाईंच्या बोलण्याने त्या मुलांना तिच्याकडे जाण्याची चोरीच वाटू लागली. ते तेथून अंग काढून घेऊन घरात जाऊ लागले, इतक्यात घराच्या गच्चीवरून 'अंहंहं, अंहंहं' असे खाकरून रावबा 'देवबा–आ–आ–प्पा' असे लांब हेल काढून कुचेष्टेच्या विकृत स्वराने व मोठ्याने ओरडला. विनायकराव व लक्ष्मीबाई वळून त्याच्याकडे पाहणार, इतक्यात तो भिंतीच्या आड खाली बसला. कोणी दिसत नाही म्हणून विनायकरावांनी आणि लक्ष्मीबाईंनी तोंड फिरविल्यावर पुन्हा रावबा डोके हळूच वर करून 'देवबाप्पा' असे लांब हेल काढून ओरडला. त्याबरोबर सुशीलेने बिचारीने कसरतीतल्या माकडाप्रमाणे हात जोडून नमस्कार केला. विनायकरावांना रावबाचा राग आला होता; पण स्वत:च्या पोरीचा तो अप्रासंगिक 'देवबाप्पा' पाहून त्या रागावलेल्या स्थितीतही त्यांना हसू आले व लक्ष्मीबाई रागावल्या होत्या त्याही शांत झाल्या!

◆

स्पेन्सर म्हणतो, "... ..."

"अहो विनायकराव, या सुशीलेला दुसरा वाढदिवस म्हणून परकर नेसवला आहेत, तसं पोलकंही का नाही घातलंत? आमच्या रावबाला मी नाही कधी उघडा राहू देत."

"घालील तिची आई. माझं काही लक्ष नसतं इकडे," सुशीलेचे वडील–विनायकराव–म्हणाले, "आणि खरंच सांगायचं, म्हणजे एवढ्या लहानपणी पोलकी करायची आहेत काय मुलांच्या अंगावर सदोदित?"

"काय करायची आहेत म्हणजे?" गिरिधरराव आश्चर्याने उद्गारले, "तुम्ही बी. ए., एल्.एल्.बी. आहात, तुम्ही स्पेन्सरचं Education (शिक्षण) हे पुस्तक वाचलं नाहीत?"

"वाचलं आहे; त्याचा इथं काय संबंध?"

"स्पेन्सर म्हणतो..." गिरिधरराव मोठे गहन तत्त्व आपण सांगत आहोत अशा अभिमानपूर्ण आविर्भावाने म्हणाले, "स्पेन्सर म्हणतो, की लहान मुलं जे अन्न खातात त्याचा त्यांना तीन प्रकारचा उपयोग होतो. एक जठराग्नीला खाद्य देऊन शरीराला उष्णतेचा पुरवठा करणं; दुसरा, नवीन हाडं, स्नायु वगैरे वाढण्याला द्रव्यं पुरवणं; आणि तिसरा श्रमामुळं जी द्रव्यं नष्ट झालेली असतात ती पुन्हा उत्पन्न करणं."

"आहे, हे मला ठाऊक आहे," विनायकराव शांतपणे म्हणाले.

गिरीधरराव देशपांडे हायस्कूलचे हेडमास्तर; हे त्यांच्या परिचयाचे नुकतेच झाले होते. पण गिरीधररावांना स्पेन्सरच्या आधारे वेळी अवेळी फार बोलावेसे वाटत असे व साधी तत्त्वे मोठी गहन तत्त्वे आहेत अशी आपली कल्पना करून घेऊन ती लोकांना पटवून देणे आपले पवित्र कर्तव्य आहे असे ते मानीत असत, हे त्यांना थोडक्याच दिवसांच्या संगतीत कळून आले होते. तेव्हा त्यांची थोडी मौज करावी व आपलीही वादविवादाची खुमखुमी जिरवावी म्हणून ते त्यांना चिडविण्याकरिता शांतपणा स्वीकारून व सुशीलेला जवळ ओढून मांडीवर घेऊन पुढे म्हणाले,

"तुमच्या स्पेन्सरनी सांगितलेल्या अन्नाच्या तीन उपयोगांची आता उजळणी झाली; पण या सुशीलेनं आता पोलकं घालावं, असं त्यांत कुठं तत्त्व आलेलं आहे?"

"ते कसं येतं ते सांगतो, ऐका. कपडे घातले तर शरीरातली उष्णता बाहेर न जाता तिचं संरक्षण होतं आणि उष्णतारक्षणाचं अन्नाचं तेवढं कार्य झाल्यामुळं अन्न त्या मानानं कमी लागतं."

विनायकराव वकील लगेच म्हणाले, "पण आता दहा वाजता उकडत असता सृष्टिनियमांविरुद्ध कपडे घालणं चांगलं का? तुमचा स्पेन्सर तर सृष्टिनियमांना वेदवाक्यांहून–बायबलवाक्यांहून– अधिक महत्त्व देतो. समाजाचे कृत्रिम नियम त्याला मुळीच पसंत नाहीत." ते आणखी काही बोलणार होते; पण इतक्यांत सुशीला त्यांना म्हणाली, "दादा, तुम्ही बांदता?" (म्हणजे भांडता!) हे बोबडे शब्द ऐकून विनायकराव हसले व हेडमास्तर गिरिधररावांच्या कठोर, रूक्ष व शिस्तबाज चेहऱ्यावरही स्मिताची छटा उत्पन्न झाली!

इतक्यात लक्ष्मुमबाई घरातून दाराजवळ आल्या व तेथूनच म्हणाल्या, "तुमच्या रावबाला आज जेवायला बोलावलाय् आमच्याकडे, ठाऊक आहे ना ?"

"आज कशाबद्दल जेवायला बोलावलाय् !" गिरिधररावांनी विचारले.

"मघांशी पेढे दिले ना बाळूनं? त्या वेळेस नाही का त्यांनी सांगितलं कशाबद्दल ते? आणि (विनायकरावांकडे पाहून) हे होते ना इथं! त्यांनी नाही का काहीच बोलू? खरंच बाई, या पुरुषांच्यापुढं शर्थ झाली! पेढे दिले; पण कशाबद्दल ते काही यांनी सांगितलं नाही."

"त्यांनी सांगितलं वहिनी, पण मीच विसरलो." गिरिधरराव म्हणाले, "आमचा वादविवाद चालला होता...."

"मग बरोबर आहे." लक्ष्मुमबाईही सौम्य होऊन गिरिधररावांना वाईट वाटू नये म्हणून त्यांना अनुमोदन देत्या झाल्या व दारातूनच क्षणभराने त्या म्हणाल्या, "मग रावबाला पाठवून देता ना लवकरच? आमचं जेवायचं होत आलंच. त्याला अंघोळबिंघोळ करायला सांगा."

"त्याची अंघोळ सकाळीच झाली आहे," गिरिधरराव म्हणाले, "६ वाजता उठून ६।। ला अंघोळ झालीच पाहिजे अशी माझी कडक शिस्त आहे. ६।। पासून ७ पर्यंत नमस्कार व जोडी. नंतर ७ ते ७.५० अभ्यास, नंतर १० मिनिटं सुटी, नंतर पुन्हा ८ ते ८.५० अभ्यास, पुढे पुन्हा १० मिनिटं सुटी, अशा प्रकारची घड्याळासारखी आमची शिस्त आहे. स्पेन्सरनं म्हटलं आहे, की..."

पण स्पेन्सरने काय म्हटले आहे ते लक्ष्मुमबाईंना कळण्यापूर्वीच गिरिधररावांकडचा अरसिक गडी शिरप्या तेथे आला व म्हणाला, "आज रावबा जेवायला यायचा नाही म्हणून आईसाहेबांनी सांगायला धाडलं मला."

स्पेन्सर म्हणतो, "... ..." । ५

"का रे, शिरप्या, का नाही यायचा ?" लक्ष्मुमबाईंनी घाईघाईने विचारले.

"त्याची सोवळ्याची लंगोटी गवसत नाही. आईसाहेबांनी लई धुंडाळली, पण गवसतच नाही," शिरप्या म्हणाला.

"लंगोटी नसली तर नसू दे, आमच्याकडची पीतांबरी देईन त्याला मी," लक्ष्मुमबाई म्हणाल्या व एव्हापासून धोरणाने योजिलेल्या भावी जावयाला पीतांबरी देण्याची व ती पीतांबरी नेसलेला तो बालजावई पाहण्याची संधी मिळाली म्हणून आनंदाने त्याचा चेहरा किंचित् विकसित झाला.

गिरिधररावांना यावेळी दुसऱ्याच विचारांनी ग्रासले होते. मुलाची लंगोटी हरवली तर मुलाने शोधली पाहिजे, ती दुसऱ्याने देणे म्हणजे त्याला लंगोटी हरवण्याला उत्तेजन देणे होय, अशा प्रकारची त्यांची स्पेन्सरपासून घेतलेली मते असल्यामुळे आपल्या पत्नीला त्यांनी बजावून सांगितले होते की, मुलाने कोणतीही वस्तु हरविली तर ती शोधून द्यायची नाही, ती त्यानेच शोधून काढली पाहिजे. पण ही शिस्त बायकोनेच मोडली याचे त्यांना फारच वैषम्य वाटले रागाने फणफणून पण तो आवरुन, ते म्हणाले, "शिस्त बिघडते ती अशी. मी हिला शंभरदा सांगितलं की, स्पेन्सरच्या मताप्रमाणे हे लाड चुकीचे आहेत. पण तिला शिस्त काय आणि स्पेन्सर काय ! आमच्या बायका म्हणजे......" पुढे ते बोलणार होते, पण लक्ष्मुमबाई तेथे समोरच उभ्या होत्या, त्यांना पाहून त्यांनी आपले 'गैरशिस्त' शब्द आवरले व "बोलण्यात काही अर्थ नाही, झालं. बोलेल तो वाईट ठरतो" असे काही तरी बडबडून स्वारी निघण्याचा विचार करू लागली. इतक्यात त्यांचं त्यांनाच काय वाटलं कुणाला ठाऊक, ते रात्रीची राखण करणाऱ्या शेतकऱ्यांचा वायबार जसा एकदम निघतो तसे एकदम उसळून म्हणाले, "रावबा यायचा नाही असं समजा. लंगोटी सापडली तर येईल, नाही तर नाही येत असंच समजा. मी जातो आता."

ते अंगणात जाताहेत तोच दुसरा एक गडी, संत्या, तेथे आला व म्हणाला, "रावबांची लंगोटी आईसाहेबांना गवसली आहे, ते आता येतील जेवायला म्हणून सांगायला पाठवलं आहे."

चमत्कार असा, की मुलाची हरवलेली लंगोटी सापडली म्हणून गिरिधररावांना अंमळ वाईटच वाटले, कारण 'शिस्त' लावायला सापडली नाही! लक्ष्मुमबाईंनाही विशेष बरं वाटलं नाही; कारण घरातली पीतांबरी बाहेर काढता आली नाही व भावी बालजावयाने नेसलेली पाहण्याची संधी गेली ! जग हे असे आहे !

दोन घटकांनंतर रावबा चांदीची झारी व अर्थात् सोवळ्याची केशरी रंगाची रेशमी लंगोटी घेऊन आला. मध्यंतरीच्या वेळात सुशीलेलाही झालरीचा चांगला झगा घालण्यात आला होता. सुनंद, बाळू व इतर काही, शेजारचे मुलगे व मुलीही जमल्या व नंतर फार वेळ न लावता लहानमोठी मंडळी हातपाय धुऊन रंगीत

पाटावर बसली. सुशीला माजघरातून सैपाकघरात व तेथून माजघरात एकसारखी येरझारा घालीत होती. तीही अखेर दमली; व गप्पा मारायला बाळू चांगला म्हणून त्याच्या जवळच्या पानावर जाऊन बसली; पण लक्षुमबाईंनी तिच्याकरितां रांगोळीची मोठी वेलबुट्टी काढून केळीचे चांगले पान व पाट ठेवला होता, तेथे त्यांनी तिला बसण्यास सांगितल्यामुळे ती नाईलाजास्तव तेथे जाऊन बसली. तिच्या जवळच्या पानावर सुनंद बसला होता; त्याला बिचाऱ्याला काहीतरी निमित्ताने उठवून लक्षुमबाईंनी तेथे रावबाला बसविले. सुनंदाची आई विधवा, गरीब, दळणवळण, सैपाक करून आपले व मुलाचे पोट भरणारी, तेव्हा तिच्या मुलाला मानअपमान कसला आला आहे? आणि त्यांतून सुनंदाचे वयही लहान, तेव्हा त्याला एका पानावरून उठवून दुसऱ्या पानावर बसण्यास सांगण्यात लक्षुम्बाईंसारख्या सच्छीलच पण 'लक्ष्मी'च्या प्रसादामुळे किंचित् चढलेल्या स्त्रीला काय वाटणार आहे ? सुनंद वयाने लहान होता; पण गरीबीमुळे व स्वाभाविक तीव्र बुध्दीमुळे त्याला अकालीच अधिक कळू लागले होते. त्याला आपला अपमान झालेला कळला व वाईट वाटले, पण वाईट वाटणे सगळे गिळून त्याने क्विनाईन जसे हसऱ्या तोंडाने घ्यावयाचे त्याप्रमाणे हसल्यासारखे करून टुण्कन् उडी मारली व बाळूजवळ जाऊन तो बसला आणि जणु काही विशेष काही झालेच नाही हे दाखविण्याकरिता बाळूच्या कानांत म्हणाला, "बरंच झालं मला; तुझ्याजवळ गप्पा मारायला सापडतील! आणि पानही नशिबानं मोठं सापडलं!" बाळूला तो लपंडाव सगळा कळला, पण त्या क्षणी कांही न बोलता त्याने लवकरच दुसरे बोलणे काढले व सुनंदाला अपमान गिळून टाकण्यास मदत केली! त्या अपमानाचे सुशीलेला काहीच वाटले नाही, किंबहुना कोणाचा काही अपमान झाला हेही तिला कळले नाही. ती निराळ्याच कारणाने रागावलेली होती; बाळूजवळ तिला बसू दिले नाही, म्हणून ती फुरंगटून बसली होती! पण हे फुरंगटणे फार वेळ टिकले नाही, कारण तिला कसलीशी आठवण झाली व ती रावबाला म्हणाली, "आता देवाचं नाव घ्यायचं असतं ना ले? आताच ना हल् हल् मादेव म्हणायचं?"

◆

माळ्यावरचे ते पत्ते

पत्ते आणल्यावर खेळायचे कोठे हा प्रश्न निघाला. बाळूची बिऱ्हाडाची जागा लहानशीच; तेथे काही विशेष एकान्तच नव्हता. सुशीलेचे घर मोठे; पण त्या दिवशी वर्षश्राध्द म्हणून जिकडेतिकडे गर्दी होती. सुनंदाच्या घरात कोणीच नव्हते म्हणून त्याच्या आईने कुलूप लावलेले. रावबाचे घर मोठे आणि स्वत:च्या मालकीचे; पण गिरिधररावांच्या शिस्तीमुळे तेथे जाण्याची कोणाची प्राज्ञा नव्हती. शिवाय रावबा कांही 'माझ्या घरी चला' म्हणून म्हणालाच नाही ! शेवटी सुनंदाच्या सुपीक डोक्यात कल्पना आली, की शेजारच्या रामाच्या देवळांत जाऊन कोपऱ्यांत कोठे तरी, नाही तर माळयावर खेळावे. सुशीलेला न्यायचे की नाही हा ही लगेच प्रश्न उत्पन्न झाला. बाळू म्हणाला, 'नेऊ या'. सुनंद म्हणाला, 'नको, लक्षुमबाईंची उगीच बोलणी बसतील.' सुशीलेने ही भवति न भवति ऐकली, तेव्हा ती मी येणार म्हणून आग्रह धरून बसली. तिला गुंगारा देऊन देवळाकडे निघून जावे, या हेतूने व थोडेसे सद्भावाने "आईला जा विचारून ये" असे बाळू तिला म्हणाला, पण ती हलतेय् कशाला ? ती तशी वस्ताद झाली होती. "मला ठाऊक आहे शगलं, मी तिकले गेले मनजे पलून जायचंय, खलं ना?" असे जेव्हां ती मान हालवून म्हणाली तेव्हा "काय पोरटी वस्ताद झाली आहे!" अशा अर्थाचे बाळू आणि सुनंदा या दोघांनीही एकदम उद्‌गार काढले. तिला घेऊन गेल्याशिवाय गत्यन्तर नाही असे पाहून अखेर त्यांनी 'देऊळ जवळच आहे, घेऊन जावं झालं' असा विचार केला व तिला ते घेऊन गेले.

देऊळ जवळच हाकेवर होते. आडशहरांतले ते, कितीसे मोठे असणार ? १००–१५० पुरूष गाभ्याच्या पुढे व गाभ्याच्या दोन्ही बाजूंना शंभर एक बायका असतील एवढी जागा; लहान मुलांना कीर्तनाच्या वेळी वगैरे बसण्याकरिता पुढे दोन माळे केलेले होते. त्यावेळी अर्थात् तेथे एखादी शिडी लावण्यात येई. आता मात्र शिडी तेथे नव्हती. देवळांत गेल्यावर इकडे तिकडे पाहून सुनंदा म्हणाला, "या कोपऱ्यांत बसून खेळूं या."

बाळू म्हणाला, ''खाली नको, वरच्या माळयावर खेळू या.'' सुनंदाला ही कल्पना पटली, कारण ते काही दिवसांपूर्वीच खांबावरून माळयावर चढायला व तेथून खाली उड्या मारायला शिकले होते. पण सुशीलेला चढवावयाचे कसे? कोणाचे काही डोके चालेना. इतक्यांत देवळाच्या एका कोपऱ्यांत मृदंग ठेवावयाची उंच घोडी सुनंदाला दिसली व तिच्यावर सुशीलेला आधी चढवून व आपण माळयावर चढून मग तिला माळयावर हात धरून वर उचलून घेतां येईल अशी कल्पना त्याला सुचली. ही सूचना बाळूला अर्थात् पसंत पडलीच व लगेच अंमलबजावणीलाही सुरूवात झाली. ती मोठी जड घोडी दोघांनी मिळून माळयाखाली आणली आणि सुशीलेचे कितीतरी हाल झाले; पण तिला त्यांतच मौज वाटला ती चढल्यावर बाळू खांबावरून माळयावर चढला व सुनंदा हळूच घोडीवर चढून सुशीलेचा हात बाळूच्या हातांत देऊन वर उचलण्यास मदत करू लागला. या खटपटीत खरे म्हटले म्हणजे ती खाली पडायचीच; पण देवळांतील रामांने तिला वांचवले म्हणायचे !

ती वर आली खरी; पण रावबाला कसे घ्यायचे ? तो वयाने सगळयांत मोठा; पण असल्या कामात तो अगदी मेंग्या होता, कारण स्पेन्सर-भक्त गिरिधररावांच्या शिस्तबाज तालमीत तो वाढलेला. तो आपण होऊन कसा तरी घोडीवर चढला; पण तेथून वरच्या फळीवर चढण्याची त्याला छाती होईना. अखेर जेमतेम मित्रांच्या साहाय्याने तो वर गेला आणि कपडे मळले होते ते साफसूफ करून पत्ते खेळण्याकरिता सज्ज झाला.

वास्तविक ती जागा आकुंचित, हवा काही चांगली नाही, अर्धवट काळोखच; पत्ते लहान, गुळगुळीत नाहीत, पण ते तसे पत्ते घेऊन तेथे खेळत बसण्यात व मधून मधून सुशीलेशी बोलण्यांत ते इतके दंग झाले, की विचारू नका. बाळूच्या वडिलांनी त्याला दोन तीनदां एक-आणा-वाले पत्ते घेऊन दिले होते; पण ते दोन दिवसांतच फाटले ! पुष्कळ दिवसांनी मिळालेला स्वत:चा पत्ते-जोड घेऊन व पूर्ण स्वतंत्रतेने खेळण्यांत मुलांना काय वाटते ते मुलांनाच ठाऊक ! मोठ्यांना त्यांतली मौज कळावयाची नाही.

एक दुरी काढून ठेवून तिघे 'पानलागी' खेळू लागले. सुशीला बाळूजवळ बसली व त्याच्याशी संगनमत करू लागली. मधून मधून 'हा लाजा ना ? हा गुलाम ना ?' असे ती विचारीत असे व बाळू तिला कधी शांतपणे व प्रेमाने, तर कधी बेफिकिरीने व तिरसटपणाने, सांगावयाचे ते सांगत असे. त्याचे हात उचलण्याचे काम अर्थात् तिच्याकडे होते. रावबाने हातांत पाने चोरून ठेवून दोन तीन डाव जिंकल्यावर सुनंदाने त्याच्या पानांवर नजर ठेवून चोरपान ठेवून हुकूम मारण्याच्या पापाचे माप त्याच्या पदरांत घातले व रागाने त्याच्या अंगावर पत्ते

फेकले. शिवीगाळी लवकरच सुरू झाली. रावबा चिडला, पण करतो काय ? भांडला तरी पिसणी अखेर करावी लागलीच. 'पिसणी करतो, पण चोरबीर म्हणू नकोस. तुझ्यासारखे भिकारडे चोर असतील, तुझी आई लोकांकडे काम करते ती चोर असेल' इत्यादी शेलकी दुरुत्तरे रावबाच्या मुखातून बाहेर पडू लागली. सुनंदाचा राग ओसरू लागला होता म्हणून बरे झाले. ''मूर्ख आहे बेटा'' असे तो अर्धवट मनांत व अर्धवट मोठ्याने म्हणाला व सुशीला जी या भांडाभांडीत घाबरून रडायला लागली होती, तिची तो समजूत करू लागला. कालांतराने खेळ पुन्हा सुरू झाला व तो इतका रंगला, की पाच वाजले ते देखील त्यांना कळले नाही.

इकडे बाळूच्या आईला– अन्नपूर्णाबाईंना बाळू कोठे आहे म्हणून काळजी लागली व त्या सुशीलेच्या आईकडे चौकशीकरिता (व जायला काहीतरी निमित्त पाहिजेच होते म्हणूनही !) गेल्या. त्याही सुशीलेची वाट पाहात विवंचनेत होत्या. 'मुले बाजारांत गेली होती व पत्ते घेऊन आली' एवढा पत्ता लागला, पण पुढे कोठे गेली हा पत्ता नव्हता. ''काय बाई, कुठे गेली ही ? कसली पोरटी तरी आहेत ही ? तो सुनंदा मेला द्वाड आहे...'' इत्यादी भाषा सुरू झाली. अखेर मुले देवळात आहेत का म्हणून पाहण्याकरिता त्या दोघी देवळांत आल्या, तो तेथे माळ्यावर ही पोरं खेळात दंग झालेली ! त्यांची समाधी मोडण्याला अर्थात् फार अवकाश लागला नाही. सुनंदा व बाळू यांनी पत्ते गोळा केले, पण भीतीमुळे ते खाली उतरेनात. रावबा तेथून उतरेना, कारण त्याला उतरताच येईना ! सुशीला रडू लागली, पण तिला खाली घ्यायची कशी ? अखेर आरडाओरडा झाल्यावर गावचे जे रिकामटेकडे शिष्ट तेथे गोळा झाले होते त्यांनी रावबाला व सुशीलेला उतरविले. बाळूने व सुनंदाने वेळ साधून वरूनच उड्या मारल्या व तेथून एकदम पोबारा केला ! त्यांच्या उड्या पाहून बाळूच्या आईला कौतुक वाटले, पण बाहेरून तिने, ''काय मेला हा खेळ ? पाय मोडून का घ्यायचे आहेत ? काय मेली अगोचर पोरं ही'' इत्यादी भाषा सुरू केली.

बोलण्याची सरबत्ती थांबल्यावर सुशीलेला घरी न्यायच्या वेळेस तिच्या आईला दिसून आले, की कौतुकाने भला मोठा रेशमी काठ लावलेला तिचा शुभ्र पांढरा परकर धुरळ्याने भरला आहे आणि एके ठिकाणी फाटला आहे. रावबाचाही परीटघडीचा शर्ट मळला होता व फाटला होता. मुलांनी कपडे मळवले तर ते त्यांनाच धुवायला सांगावेत आणि फाडले तर ते त्यांनाच शिवायला सांगावेत या स्पेन्सरी तत्त्वानुसार त्याला तो धुवावा व शिवावा लागला. फराळाची वेळ टळली होती, म्हणून त्याला वरील तत्त्वानुसार फराळाशिवाय राहावे लागले. सुशीलेला ही 'स्वाभाविक' शिक्षा मिळाली नाही, तर दोन तीन धपाटे मिळाले व नंतर दूधसाखर

मिळाली ! बाळूला बोलणी बसली, पण नंतर दहीपोहेही मिळाले. सुनंदाला बिचाऱ्याला खायला काही मिळाले नाही, कारण बाळूने बोलावले तरी तो त्याच्याकडे जाईना, इतरांनी खाण्याला द्यावयाच्या ऐवजी त्यालाच बोलून खाल्ले !

◆

देवांची कुस्ती

रंगाने काळासावळा, अंगाने हडकुळाच पण काटक व निरोगी, तोंड लांबोडे, डोळे विलक्षण– विलक्षण म्हणजे विलक्षणच तेजस्वी, चेहरा आनंदी पण औदासीन्याची छाया तेथे गूढ असलेली, कपडे गरिबीचेच, पायांत काही नाही, एका हातात वह्या व पुस्तके आणि दुसऱ्या हातात दोरी बांधलेली दौत, अशा थाटांत सुनंदा शाळेत जाण्याच्या वेळेला म्हणजे १०॥ च्या सुमारास आला होता. त्याला आता बारावे वर्ष लागले होते, बाळू दहा वर्षांचाच, पण त्यांची अगदी लहानपणापासून दोस्ती आणि बाळूचे घर शाळेच्या वाटेवर म्हणून सुनंदा बाळूकडे रोज यायचा; त्याचप्रमाणे आजही आला होता. बाळूचे जेवण नुकतेच झाले होते व तो कपडे करीत होता. त्याचे वडील विश्वासराव हे पत्नीने आणून दिलेला विडा खात शर्टाला बटने लावीत होते. आज ते, गिरिधरराव व विनायकराव असे तिघेजण गावांतल्या मराठी व अँग्लोव्हर्नाक्युअर स्कूलची, मॅनेजिंग कमिटीतले मेंबर या नात्याने तपासणी करण्यास जाणार होते. त्या निमित्तानेच आज इस्त्रीचा नवा शर्ट व परीटघडीचा नवा कोट विश्वासरावांनी बाहेर काढला होता. शर्टला बटने लावावयाची म्हणून ते बटने शोधू लागले, पण दोन बटने कमी पडू लागली, तेव्हा अन्नपूर्णाबाईंवर– पत्नीवर थोडासा राग काढून व ''तुझ्यावर रागावण्यात काय अर्थ आहे, माझीच चूक'' असे म्हणून त्यांनी अखेर निळ्या रंगाची विजोड बटने कोटाला लावली व ड्रेस करण्यास सज्ज होऊन, ''सुनंदा, जा रे, निघायची तयारी करावयाची का म्हणून विनायकरावांना विचारून ये'' असे ते म्हणाले. सुनंदा घरच्यासारखाच झाला असल्यामुळे त्याला काम सांगण्यास त्यांना काही विशेष वाटले नाही. सुनंदा शेजारच्याच बिऱ्हाडांतल्या विनायकरावांकडे गेला व 'जायची तयारी करावयाची का म्हणून विश्वासरावांनी विचारले आहे' असे म्हणाला. 'घटकाभराने निघू म्हणून सांग' असे विनायकरावांनी उत्तर दिले व ते कामाला लागले. माडीवरून खाली येताना सुनंदाला सुशीलाही गुलाबी झगा घातलेली व वेणीफणी ऐटीत केलेली अशी दिसली. ती आता पाचएक वर्षांची झाली होती व हातात पाटी–पुस्तक घेऊन 'इन्फन्टी'च्या वर्गाला जात होती.

घरचा गडी 'किसन्या' हिवतापाने फणफणला होता, म्हणून तिला शाळेत पोचविण्याकरिता सोबत कोणाला द्यावे या विचारात लक्ष्मीबाई होत्या. सुनंदा दिसल्याबरोबर देवच पावला असे वाटून त्यांनी सुशीलेला त्याच्या स्वाधीन केले. आपल्यावर एवढा विश्वास टाकल्याबद्दल सुनंदालाही मोठा आनंद झाला व तो सुशीलेला घेऊन बाळूकडे गेला. त्याची निघण्याची तयारी झालीच होती.

विश्वासरावांनी सुशीलेला पाहून ''आहे बुवा ऐट आज ! इन्स्पेक्शन म्हणून वाटतं आईनं सजिवल्येय् गौर ! पण मी येणार आहे तुझ्या वर्गावर, मी तुला नापास करून टाकीन !'' असे म्हटले, तेव्हा सुशीला म्हणाली, ''मी देवाला सांगितलंय काल रात्री मला पास कर म्हणून; तो मला पास करील.''

''कोणत्या देवाला !'' विश्वासरावांनी गांभीर्य कायम ठेवण्याचा प्रयत्न करून व अर्धवट हसून भुवया वर करून विचारले. ''मी आपल्या देवाला सांगितलं आहे, की सुशीलेला नापास कर; तो तुला नापास करील !''

''नाहीच मुळी. आमचा देव चांगला आहे, तो पास करील.''

''पण आमचा देव नापास करील ना !''

सुशीला काहीच बोलली नाही. विश्वासराव थट्टा करताहेत हे तिला त्यांच्या चेहऱ्यावरून थोडेबहुत समजले; पण तिच्या हृदयात नापास होण्याची थोडीशी धास्ती बसली खरी. शाळेत जाताना रस्त्यात तिने बाळूपाशी हळूच ही गोष्ट काढली. (तिच्या दृष्टीने, आई व वडील यांच्या खालोखाल बाळूच्या शब्दाला प्रामाण्य होते !) बाळूने तिला सांगितले, की ''बाबा (विश्वासराव) थट्टेनं बोलले, त्यांचं बोलणं काही खरं धरायचं नाही.''

सुशीलेला या भाषणानं धीर आला; पण विश्वासरावांचा देव आपल्या देवापेक्षां शक्तिमान् आहे की काय ही शंका तिच्या मनातून पार निघून गेली नाही.

सुनंदाने ते ओळखले व तो तिला आश्वासन देऊं लागला की, ''तू पास होशीलच, बाबा आपले उगीच तुला चिडविण्याकरिता म्हणाले.''

''पण काय रे, सुनंदा, बाबांच्या देवाला आमचा देव पाडील का नाही रे ? आमचा देव सगळयांत मोठा आहे; तो खात्रीने बाबांच्या देवाला पाडील. आई म्हणाली की, आपल्या देवाइतकं बळ कुणामध्ये नाही. पन्नास पोलिस शिपाई आले तरी देव एकटा त्यांना पाडून टाकील असं ती म्हणाली.''

''मला पाडून टाकील ?'' सुनंदा तिची मौज करण्याकरिता गालांतल्या गालांत हसत म्हणाला.

''हो, हो, तुला तर सहज पाडून टाकील. आमच्या तात्याहून देव बलवान् आहे, मग तुझी काय कथा !''

हे बोलणे होते आहे, तोच रावबा पाठीमागून आला. बूटविजार वगैरे चढविलेली आहे, गळयांत कमावलेल्या कातडयाची उत्तमशी पिवळी पिशवी लटकावलेली आहे, हातांत जर्मन सिल्व्हरच्या झांकणाची तऱ्हेदार दौत घेतलेली आहे, डोकीवर जरीची टोपी चकाकत आहे, अशा थाटांत स्वारी येऊन, ''काय चाललाय् देवाबद्दल वाद ! नेहमी तू देवाबद्दल काहीतरी बोलत असतेस ? अग, कसला आहे देव नि कसलं काय ? देव वेगैरे काही नाही असं आमचे 'दादा' (वडील) नेहमी म्हणत असतात. स्पेन्सरही असंच म्हणतो असं ते सांगतात.''

''देव नाही काय म्हणतोस ? देव आहेच मुळी. आईला विचार आमच्या आणि मास्तर नाही का सांगत. ..''

रावबा हे ऐकून खूप हसला. सुनंदालाही सुशीलेचा भोळसटपणा पाहून हसू येत होते; पण तिचा भाव पाहून तिची कुचेष्टा करावी हे त्याला त्या वेळी बरे वाटले नाही; पण रावबाचे तो बिचारा काय करणार ?

प्राथमिक शाळेच्या प्रत्येक वर्गात थोडीशी चाचणी करून व कोनाकोपऱ्यांत कोठे जाळीजळमटे आहेत का काय हे पाहून इन्स्पेक्शनकरिता आलेली मंडळी त्याच आवारांत असलेली 'अँग्लो–व्हर्नाक्युलर' शाळा पाहण्यास गेली. बाळू, सुनंदा आणि रावबा हे इंग्रजी दुसरीत होते; त्यांना रावबाचे वडील इन्स्पेक्शनला येणार म्हणून एक प्रकारे धन्यता व एक प्रकारे भिती वाटत होती. त्यांच्या वर्गाची गणिताची चाचणी गिरीधररावांनी जरा कसून घेतली. बरीच मुले पास झाली म्हणून गणित–शिक्षकास फारच धन्यता वाटली आणि गिरिधररावांना किंचित् वाईट वाटले ! उत्तरे बरोबर असता देखील मुलांना नापास करावे इतके ते दुष्ट नव्हते; इतकेच नव्हे, तर मुलांना येथे चांगले शिक्षण मिळते म्हणून त्यांच्या हृदयांतल्या आतल्या कोशांत त्यांना खरोखर बरेच वाटले. ते किंचित् आढ्यतेखोर व आपल्या मताचा आग्रह धरून बसणारे असले, तरी दुष्ट व अन्यायी नव्हते. किंबहुना न्यायाविषयी फारच पुस्तकी कल्पना असणे हाच त्यांचा दोष. एखाद्याला गुण म्हणावयाचा असेल तर हा त्यांचा गुण त्याच दिवशी त्या शाळेतच एका घटकेच्या आत स्पष्टपणे दिसून आला. एका मुलाला त्यांनी कोठलासा प्रश्न विचारला. तो त्याला येईना. रावबा त्याच्याजवळ बसला होता; त्याने आपल्या मित्राला हळूच उत्तर सांगितले. आपल्या मुलाचे हे कृत्य कर्मधर्मसंयोगाने गिरिधररावांच्या लक्षात आले. मग काय विचारता ? भर वर्गात त्यांनी आपल्या मुलाची अशी फजिती केली व फडाफड इतके बोलले की, बाहेरच्या एखाद्याला वाटले असते की या मुलाने चोरी नाही तर याहून अधिक मोठा गुन्हा केला असला पाहिजे ! रावबाला तर त्या दिवशी असे वाटले की, आपले वडील हे आपल्याला छळण्याकरिताच जन्माला आले आहेत. ''सांगू नये पण

सांगितले मैत्रीकरिता, म्हणून काही इतकं बोलायला नको होतं. दुसऱ्या मुलानं हेच केलं असतं तर त्याला काही बोलले नसते इतकं. पण माझा अपराध सापडल्यावर जणू काही त्यांच्या अंगात भूत येतं'' असे तो शाळा सुटल्यावर बाळूजवळ बोलत होता. बाळूही त्याला हो हो म्हणत होता व मधून मधून 'मुलाला बोलले नसते तर लोकांनी त्यांच्यावर पक्षपाताचा आरोप केला असता' अशा अर्थाचे थोडेसे तो समर्थन करीत होता. पण त्याने किंवा सुनंदाने किती सांगितले तरी भर वर्गात आपल्या पित्याकडून झालेला हा अपमान रावबा कसा विसरणार ?

◆

गौर

घरी आल्यावर सुशीला जांभळ्या निळ्या रंगाचा मोठ्या काठाचा परकर व जरीकाठी खणाची चोळी घालून घरात वावरताना दिसली. अन्नपूर्णाकाकूंनी गौरीची मांडामांड आपल्या ऐपतीप्रमाणे केलीच होती. बैठकीही मांडून झाल्या होत्या. तेव्हा मुलांना आता काम राहिलेच नव्हते. बाहेरून दमून आले होते, म्हणून बाळूला व सुनंदाला थोडे थोडे पन्हे, आंब्याची डाळ व कलिंगड मिळाले. सुशीलेला हे पदार्थ मिळाले का नाही हे सांगावयास नकोच. एक गोष्ट मात्र सांगितली पाहिजे की, ''आपण भातुकली खेळू या, आम्ही दोघे ब्राम्हण'' असे म्हणून सुनंदाने व बाळूने तिची डाळ आपल्या बशीत घेण्याला सुरुवात केली व ''आता भाजी वाढ, आता लाडू, आता मागूनचा भात, आता ताक'' असे करता करता सबंध डाळ संपवीत आणली ! आपली डाळ संपत आली, तेव्हा कुठे तिच्या ध्यानांत आले की, आपण फसलो ! पण हे तिच्या ध्यानांत आल्यावर त्या दोघांनी घेतलेल्यापेक्षा अधिक डाळ जेव्हा तिला परत दिली व कलिंगडाच्या वरचा गोड तांबडा भागही थोडा थोडा दिला, तेव्हा तिला यांच्यावर खोटं-खोटं रागवावं, का 'तुम्ही मला फार आवडता' म्हणून सांगावं, हे क्षणभर काहीच सुचेना आणि म्हणून ती नुसती डोळे मोठे करून थोडेसे स्मित करून त्यांच्याकडे पाहातच राहिली. ''माझी डाळ आधी का घेतलीत फसवून ? आता नको डाळ मला जा !'' असे म्हणून अखेर तिने रुसण्याचे सोंग केले व डाळ आणि कलिंगडही दूर लोटून दिले. ती रडायला लागली तर आई व बाबा रागावतील म्हणून मग बाळू व सुनंदा हे तिला आणखी कलिंगड देऊ लागले व त्यांनी पन्हेही तिच्या पेल्यात आणखी घातले; पण तिचा रुसवाफुगवा राहीना, तेव्हा त्या बिचाऱ्यांना फार वाईट वाटले व ते अगदी गयावया करू लागले. अखेर ती बालदेवता त्यांना एकदा प्रसन्न झाली व मौज अशी की, त्या देवतेने उदार बुद्धीने आपल्या भक्तांना डाळ-कलिंगडाचा प्रसाद आणि पन्ह्याचे तीर्थ स्वहस्ताने देऊन आपणही त्यांच्याबरोबर प्रसाद ग्रहण करण्याचा अनुग्रह केला.

''गौर रोज केली तर किती मौज होईल !'' सुनंदा आनंदातिशयाच्या भरात

म्हणाला.

"गौर काही रोज करायची नसते." सुशीला आजीबाईप्रमाणे पोक्तपणे म्हणाली.

"का ? रोज गौर केली म्हणजे ती रुसते का काय तुझ्यासारखी ?" बाळूने सुनंदाकडे डोळे मिचकावून विचारले.

"रुसत नाही रे," सुशीला गंभीरपणाने म्हणाली. "पण गौर काही रोज करायची नसते, आई म्हणाली, लोकांकडे देखील रोज गौर करीत नाहीत काही."

"लोक करीत नसतील, पण गौर ही देवी आहे ना, तिला रोज आपण बोलावली तर ती येणार नाही का काय ?" सुनंदाने खोडसाळपणाने विचारले.

"येईल तर काय झालं, पण असं रोज रोज गौरीला बोलवायचं नसतं." सुशीलेने उत्तर दिले. "तुझ्या आईला विचार पाहिजे तर. तिला अधिक समजतं का तुला ? तुझ्या आईला मी आज सकाळीच विचारलं, तेव्हा ती म्हणाली की, गौर सजवतो ती काही खरी गौर नसते काही, पण पूजा केली म्हणजे खरी गौर येते तिथे आणि तिला रोज रोज बोलवायचं नसतं काही."

सुनंदा आणखी वाद वाढविणार होता, पण इतक्यात काही बायकामंडळी हळूहळू येताना दिसली, तेव्हा तो व बाळू माडीवर गेले. अन्नपूर्णाकाकू, लक्ष्मीबाई आणि सुशीला आता इकडून तिकडे मिरवू लागल्या. बायकामंडळींची ये–जा बरीचशी कमी झाल्यावर संध्याकाळच्या अगदी थंड वेळी हेडमास्तर गिरिधरराव व विनायकराव वकील आले. इकडच्या तिकडच्या हवापाण्याच्या गप्पा झाल्यावर हेडमास्तरसाहेब म्हणाले, "विश्वासराव, तुमचं आम्हांला 'व्होट' पाहिजे हां ! आणि तुमचं पण विनायकराव !"

"कसलं व्होट ?" दोघांनी एकदम विचारले.

"मी म्युनिसिपालिटीकरिता उमेदवार उभा राहणार आहे."

"काय म्हणता ? आमचं व्होट नाही तुम्हांला मिळायचं पण." विश्वासराव एकदम उद्गारून गेले. आपण आपल्या वरिष्ठाला असं एकदम बोललो ही चूक झाली– नेहमीच्या आपल्या स्वभावाप्रमाणे आपली ही चूक झाली– हे ध्यानांत येऊन आपल्या धोरणरहित तडकाफडकी स्वभावाचा त्यांना स्वतःलाच तिटकारा आला, पण स्वतःच्याच स्वभावापुढे कोण काय करणार ?

त्यांच्याप्रमाणेच गिरिधररावांनाही चमत्कारिक वाटले. कारण आपले असिस्टंट एकदम असे नकारात्मक उत्तर देण्याचे धाडस करतील असे त्यांना वाटले नव्हते. विनायकराव वकील मात्र त्यातल्या त्यात शांत होते. ते बोलण्याला पुन्हा सुरूवात करून द्यावी या उद्देशाने म्हणाले, "कोणत्या पक्षाचे म्हणून उभे राहणार ?"

"अर्थात् मॉडरेट उर्फ प्रागतिक."

"पण मी जहाल पक्षाचा आहे." विश्वासराव म्हणाले.

''ते खरं, पण आपण आपले पक्षभेद मनात आणू नयेत. स्पेन्सर म्हणतो की, हल्लीच्या समाजाच्या विकसनावस्थेत बरेच लोक अविचारी व पक्षान्ध असावयाचेच; पण प्रत्येक गावी काही थोडे तरी स्वतंत्र बुद्धीचे लोक असले तरच समाजाची उन्नति होईल. म्हणून म्हणतो की, तुम्ही पक्षाभिमानी होऊ नका !''

''का ? तुम्ही जर अमुक एक पक्षाचे म्हणून उभे राहणार, तर आम्ही पक्ष का मनात आणू नये ?''

''त्याच्याबद्दल मागून वाद करू.'' विनायकराव वाद विकोपाला जाऊ नये म्हणून म्हणाले. ''आधी हे तर सांगा, तुमचं नाव सुचवले आहे कुणी ? दुजोरा कोणी दिला ? केव्हा अर्ज केलात ?''

''ते सगळं सांगतो मी; पण आज यांचं बस्तान जरा बिघडलेलं दिसतंय. असे एकदम तिरिमिरीवर हे सहसा येत नाहीत.''

''होय, तसं झालं आहे खरंच. व्यवहारातल्या कृत्रिमपणाला कंटाळून काही दिवस रानांत जावंसं मला वाटू लागलं आहे, पण मुलाबाळांचा मोह सुटत नाही. तेव्हा मनातला रुसवा केव्हा तरी कसा तरी बाहेर पडला आणि मघाशी आपल्याला मी एकदम 'नाही म्हटलं. मला कोण कोण उमेदवार आहेत हे ठाऊक देखील नाही, मग एकदम अमक्याला नाही म्हणून म्हणण्यांत काही अर्थच नाही.''

''ते आता सावरून घेऊ नका. पहिल्या प्रथम एकदम 'नाही' म्हणून म्हणालेत ते तुमचं खरं मत. आताचा हा प्रकार आपला सारवासारवीचा.''

''तसं का म्हणा ना ?'' विश्वासराव म्हणाले, व ''बाळू, अरे बाळू, कलिंगड, पन्हे वगैरे आणखी आण'' असे तेथे अदृश्य असलेल्या बाळूला उद्देशून म्हणाले. बाळू व सुनंदा खाद्यपेयांसह लवकरच तेथे हजर झाले आणि त्यांच्या पाठोपाठ रावबाही क्रिकेटची बॅट हातात घेऊन आला. ''बाळू नि सुनंदा क्रिकेटचा आपला क्लब सोडून दुसरा क्लब काढताहेत'' असे रावबाने आपल्या वडिलांना म्हटल्यावर ''दोघा वडिलांचे पटले नाही, तर मुलांचे तरी कसे पटावे ?'' असा काही तरी विनोदवचनाचा कृत्रिम प्रयत्न करून गिरिधररावांनी पन्हे थोडेसे घेतले व त्याबरोबर सगळे विचार गिळून टाकून पुढे फारसे न बोलता ते तेथून बाहेर पडले !

◆

अचलेश्वरीचे देऊळ

"आई, आज संध्याकाळी अचलेश्वरीला जाऊ, येता ?" सुशीलेने लाडिकपणाने आईला विचारले.

"जाऊ हो 'त्यांनी' परवानगी दिली तर" लक्ष्मीबाईंनी आपल्या मुलीला आश्वासन दिले. पण डाळिंब्या निवडून हात दुखू लागल्यामुळे त्या थोड्याशा वैतागून गेल्या होत्या, तेव्हा त्यांचा राग जवळ असलेल्या मुलीवरच निघाला आणि त्या चिडखोरपणाच्या स्वरांत म्हणाल्या, "नेईन तुला, पण वालाच्या डाळिंब्या जरा काढायला ये. आता काही लहान नाहीस तू. तुझ्याएवढीच मी होते नऊ दहा वर्षांची लग्नाच्या वेळी." लक्ष्मीबाई म्हणाल्या.

"तुमच्या वेळेस शाळा नव्हत्या काही." सुशीला 'एन् ओ टी नॉट म्हणजे नाही' असे पाठ करता करता मध्ये थांबून म्हणाली.

"चवथीच्या परीक्षेत पहिला नंबर आलाय् म्हणून एवढी ऐट नको यायला काही. उद्या लग्न झाल्यावर तुझा पहिला नंबर नाही उपयोगी पडायचा."

"पण मला लग्नच करायचं नसलं तर ?" सुशीला आईला म्हणाली.

लक्ष्मीबाई यावर काही बोलणार, इतक्यात विनायकराव माडीवरून खाली आले आणि रागवल्याचा आव आणून सुशीलेला म्हणाले, "सुशीले, त्या चहाच्या कपबशा विसळून ठेवल्यास तर पाप लागेल वाटतं ? एवढी घोडी झालीस पण काडीइतके देखील समजत नाही."

"तिला का उगीच रागवता ?" लक्ष्मीबाई मुलीचा कड घेऊन म्हणाल्या.

"कपबशा नको विसळायला ती. मी विसळीन. चांगला अभ्यास करतेय् तर तिला उगाच बोलायचं ?"

"अभ्यास करतेय् डोंबलाचा. एक अक्षर येईल तर शपथ ?" विनायकराव रागाचे सोंग कायम ठेवून म्हणाले.

"पहिला नंबर आलाय चवथीच्या परीक्षेत आणि दोन खण बक्षीस मिळाले तरी नाहीच का काही येत ! आपल्या मुलीचं कौतुक तर नाहीच व्हायचं... "

“अग, कौतुक व्हावं म्हणूनच इतका वेळ तिच्याविरुद्ध बोललो ! माडीवरून तुझं पहिलं रागावणं–जाजावणं ऐकलं आणि तिला बिचारीला अभ्यास करताना बोलू लागलीस म्हणून तर हे सोंग केलं आणि ती काही वाईट नाही हे तुझ्याकडून काढून घेतलं !”

विनायकरावांचा डाव लक्षात आल्यावर लक्ष्मीबाई थोड्याशा ओशाळल्या. पण नवऱ्याने आपली अशी थट्टामस्करी केलेली पाहून त्यांना आनंद अगदीच झाला नाही असेही नाही. “मुलीला रीत लागावी म्हणून मी बोलले, त्यात काय वाईट केलं ?” त्या डाळिंब्या निवडता निवडता म्हणाल्या. “लग्न झाल्यावर पहिला नंबर नाही उपयोगी पडायचा काही.”

“लग्नाशिवाय दुसरा विचार तुझ्या मनात येतो का तरी कधी ?” विनायकरावांनी विचारले व उत्तराची वाट न पाहता म्हणाले, “कादंबरीकार आणि मुलीची आई, यांना मुलीच्या लग्नाशिवाय दुसरा विषयच दिसत नाही ! मला तर असं वाटू लागलंय्, की जगात धर्म, राजकारण, शिक्षण हे खरे विषयच नाहीत !”

“नेहमी नेहमी टिळक नि गोखले आणि धर्म नि इलेक्शन करून संसार नाही होत काही. मध्यान्हीच्या वेळी तोंडात चार घास पडायचे असले, तर तुमची ती इलेक्शनं नाही उपयोगी पडायची आणि तुमचे टिळक–गोखले काही मुलीबाळींची लग्न जुळवायला नाही यायचे !”

“म्हणून तर मी म्हणतो की, रात्रंदिवस आपण कादंबरीकारापेक्षा एकतानतेनं सुशीलेच्या लग्नाचा विचार करू या. आणि विचाराचा हा त्रास मिटवायचा असला तर असं करू या, की सुनंदासारखा एखादा गरीब पण हुशार मुलगा घरजावई करून घेऊ.”

“माझी मुलगी काही वाटेवर नाही पडलेली, पाहिजे त्या गरिबाला देऊन टाकायला !” लक्ष्मीबाई रागाने (कृतक रागानेच) म्हणाल्या.

“गरीब असला, तरी दरवर्षी परीक्षेत पहिला नंबर येतोय ! शिवाय त्याची आई इथंच राहायला आली तर तीहि तुला उपयोग पडेल.”

“काय पण विहीण काढलेय् शोधून ?” लक्ष्मीबाई पाटावरच्या सगळ्या डाळिंब्या ताटात झटक्यासरशी लोटून म्हणाल्या व त्या आणखी काही बोलणार, तोच त्यांचे पतिराज म्हणाले, “खरंच, तुला विहीण म्हणजे नाकदुऱ्या काढायला लावणारी पाहिजे, गरीब चालायची नाही; मी चुकलो खराच.”

“बरं झालं चुकलेत तर !” असे बोलून त्यांनी पाटावरून एकदा जोराचा हात फिरवून पाट हापटून भिंतीशी उभा केला व डाळिंब्यांचा साली झाडण्याकरिता केरसुणी हातात घेऊन सुशीलेला म्हणाल्या, “सुशीले, फुलं तेवढी आणतेस का पूजेची ? अभ्यास नको नाही म्हणत मी, पण फुलं तेवढी आण.”

“ही पाहा चाललेच मी” असे म्हणून सुशीलेने पुस्तक मिटले आणि परडी घेऊन मी मागील दारी गेली. विनायकरावही अर्थात पाट हापटण्याची व हातातल्या केरसुणीची नोटीस मिळाल्यावर माडीवर जाऊ लागले. इतक्यात लक्ष्मीबाईंना एकदम

कसलीशी आठवण होऊन त्या उद्‌गारल्या, “हो खरंच, आज द्वादशी आहे. अचलेश्वरीला सुशीलेला घेऊन जावं म्हणते.”

“म्हणजे तांगा करण्याची परवानगी पाहिजे एवढाच ना याचा अर्थ ! खुशाल तांगा करून जा.”

“तांगा नको काही करायला. पार्वतीकाकू आणि रावबा जाणार आहेत आपल्या तांग्यांतून, त्यांनी मला नि सुशीलेला बोलावलं आहे.”

“उत्तम. बरं, मी आता बाहेर जातो इलेक्शनच्या काही कामासाठी; अकरा वाजता येईन. सुशीलेचं जेवण करून घ्या आणि तिला जाऊ द्या शाळेत. पण बाळू आणि सुनंदा अजून का आले नाहीत ? ते आमचे खास व्हॉलंटिअर्स आहेत.” विनायकराव असे म्हणताहेत, तोच नाटकांत जशी नेमक्या वेळी ती ती पात्रे हजर असतातच, त्याप्रमाणेच ते दोघे व्हॉलंटिअर्स तेथे येऊन उभे राहिले.

“अरे, आज एवढंच काम तुमचं,” विनायकराव त्यांना म्हणाले, “की म्युनिसिपालिटीत जाऊन टेबलावर चिठ्ठी लिहिली आहे ती द्यायची आणि मतदारांची यादी घेऊन यायची आणि संध्याकाळी आपल्या स्वयंसेवकांची सभा बोलवायची.” ‘बरं आहे’ असे दोघांनी म्हटल्यावर विनायकराव माडीवर गेले व कपडे करून आपल्या कामाकरिता बाहेर पडले. बाळ व सुनंदाही बाहेर पडू लागले. तेव्हा लक्ष्मीबाईंनी त्यांना “थांबा, रात्रीचं थालिपीठ देते तुम्हांला आणि सुशीलेला, ते खा आणि मग जा” असे सांगितले व सुशीलेला त्या हाका मारू लागल्या. ती लवकर आली नाही, म्हणून बाळू व सुनंदा मागील दारी तिला बोलावण्याकरिता गेले. ती एका कोपऱ्यात एका तांबड्या दगडाला फुले वाहण्यात गुंग झालेली दिसली. मागून कोणी आपल्याकडे पाहात आहे याचे तिला भानही नव्हते. तिची ती एकाग्रतेची पूजा पाहून दोघांनाही क्षणभर मौज वाटली व ते तटस्थपणे त्या दगडाच्या पूजेकडे लक्ष देऊन पाहू लागले. इतक्यात बाळूला काही बुद्धी सुचली कोणाला ठाऊक, त्याने तिचे डोळे झाकले !

झाले ! तिच्या समाधीचा भंग झाला व आपण आपल्या देवाशी हितगुज बोलत असता विघ्न करणारा हा बाळू म्हणजे शुद्ध राक्षस आहे असे तिला वाटले ! बाळूचा राग येण्याचे आणखी कारण असे की, त्याने तो फुले वाहिलेला दगड हातात घेऊन हातातल्या हातात झेलण्यास आरंभ केला व “हा का तुझा देव ? याचं नाव काय ? आणि याला मुंग्या कशा लागल्या ? देवाच्या अंगावर मुंग्या ?” अशा प्रश्नांचा

भडिमार केला. सुनंदानेही त्या देवाची चेष्टा करण्यास मदत केली.

"शंकराच्या अंगावर साप असतात ना, तशाच सुशीच्या देवाच्या अंगावर मुंग्या खेळताहेत," तो म्हणाला.

"शंकर नाही हा. हा गणपती आहे, याचं हे पोट कसं फुगलं आहे ते पाहा ना !" बाळू म्हणाला.

सुशीला बिचारी काहीच बोलली नाही. तिच्या जिवाला आजच्या या कृत्याने मोठा धक्का बसला. तो दगड म्हणजे तिचा देव होता; त्याच्याशी ती किती वेळ तरी मनातल्या मनात हितगुज करायची. कितीदा तरी त्याला नवस केले होते व तोही नवसाला पावला होता ! क्वचित प्रसंगी तो नवसाला पावला नव्हता, तेव्हा ती कितीदा तरी त्याच्याशी भांडली होती आणि "सुशीले ते अमुक अमुक केलं नाहीस, अमुक अमुक वेळी आईचं ऐकलं नाहीस, अमुक वेळी बापाचं ऐकलं नाहीस, म्हणून मी तुझ्या नवसाला पावलो नाही, तू चांगली वाग म्हणजे तुझ्या नवसाला मी पावेन" असे तिच्या देवाने तिचे तिलाच कळेल अशा रीतीने कितीदा तरी सांगितले होते व तिचे सांत्वन आणि समाधान केले होते. बाळूला व सुनंदाला जो केवळ तांबडा दगड वाटत होता, तो सुशीलेला जिवंत देव वाटत होता. पण ते सगळे आता क्षणार्धात गेले. आपला देव– ज्याची आपण इतके दिवस कोणाला बातमी लागू दिली नाही– आईला देखील ज्याबद्दल काही सांगितले नाही आणि ज्याच्याशी आपण आपल्या हृदयीचे हितगुज वर्ष दीड वर्ष बोलत होतो व ज्याच्याकडून आपल्याला हरतऱ्हेचे आश्वासन मिळत होते तो देव– आता बाळूच्या आणि सुनंदाच्या स्पर्शाने त्या दगडातून गेला हे तिला अत्यंत दुःखदायक झाले. 'देव दगडांतून गेला हे तिला दुःखदायक झाले' असे आता म्हटले, पण वाक्य जरा बदलले पाहिजे. दगडातून देव रागारागाने गेला असता तर सुशीलेने त्याला पुन्हा बोलावून आणले असते, पण त्या दगडांत देव नव्हताच मुळी असे बाळूच्या व सुनंदाच्या कुचेष्टेने तिचे तिला वाटू लागले– तिला ते पटले, तिला ते खरे वाटू लागले, हीच तिची मोठी हानी झाली ! 'इतके दिवस मी वेडी कशी या दगडाची पूजा करीत होते' असे मनात येऊन तिची तिलाच लाज वाटू लागली. बाळू व सुनंदा आपल्याला हसताहेत हे बरोबर आहे, आपणच वेड्या, आपण दगडाची वेड्यासारखी इतके दिवस पूजा केली. आपले वेड बाळूने दवडले हे चांगलेच केले, बाळू फार चांगला, त्याला आपल्यापेक्षा पुष्कळ समजते, त्याचे आपण नेहमी ऐकत जावे, अशा प्रकारचे विचार मनात येऊन बाळू तिला प्रिय होऊ लागला आणि पूर्वी सांगितल्याप्रमाणे तो अप्रियही झाला. अर्थात ती रडू व हसू लागली आणि बाळू व सुनंदा यांनी पोराच्या जातीला अनुसरून तिला मग अधिकच चिडविण्यास आरंभ केला. या प्रकाराची अखेर नेहमीप्रमाणेच झाली, म्हणजे बाळूला आणि 'नंद्या'ला लक्ष्मीकाकूंनी चांगलेच झाडले आणि थालपीठ व

लोणी जरी दिले, तरी ते त्यांच्या अंगी लागू नये असे केले ! आपल्या मूर्खपणामुळे आपल्या सोबत्यांना बोलणी खावी लागली हे पाहून सुशीलेला वाईट वाटले; पण ती काय करणार बिचारी ? ती रडू लागली. पण रडण्याचे खरे कारण ध्यानात न येऊन लक्ष्मीबाई त्या मुलांना आणखी बोलू लागल्या ! मुलीचे रडणे तेवढ्याने थांबले नाही, म्हणून "खरंच, सुशीले, आज 'अचलेश्वरी'ला जायचं आहे बरं का रावबाच्या तांग्यांत. शाळा सुटल्याबरोबर घरी ये. उगाच रेंगाळत बसू नकोस" असे त्या मग म्हणाल्या. अचलेश्वरीच्या दर्शनाच्या लालसेने नव्हे, तर त्यासंबंधी दुसऱ्या गोष्टी निघून सुशीलेचे रडणे थोडक्याच अवधीत थांबले व प्रकरणही तेथेच थांबले.

'अचलेश्वरी' च्या पायथ्याशी तांगा गेल्यावर पार्वतीबाई, सुशीला व रावबा हे उतरले आणि पायीपायी जाऊ लागले. मुलांना उत्साह भारी म्हणून ती पुढे गेली. वाटेत दुकानदारांची काही दुकाने जेथे लागतात तेथे दोन तीन कुत्री त्यांच्या अंगावर भुंकू लागली व एक तर लहानसे पिलू धावूनही आले. सुशीला इतकी घाबरली की, तिने रावबाला घट्ट धरले. तोही अशा बाबतीत मोठा धीट होता. त्याने हातांतली छडी उगारली व त्या पुढे पुढे येणाऱ्या व मनांत भिणाऱ्या कुत्र्याच्या पिल्लाला जागच्या जागी थोपवून धरले. इतक्यांत कुत्र्यांच्या मालकांनीही कुत्री बोलाविली व आवरली. सुशीलेची भीती मात्र लगेच गेली नाही. ती रावबालाच चिटकून राहिली, पण क्षणार्धाने तिची मिठी हळूहळू सुटू लागली. रावबाने सोडविल्यामुळे त्याच्याबद्दल तिला फार आदर वाटू लागला. कृतज्ञताही वाटू लागली. रावबाने त्या वेळेस बूट वगैरे घालून छानदार पोषाख केलेला, त्याचा वर्ण गोरा, अंगकाठी उंच व मजबूत, चेहरा रुबाबदार, तेव्हा त्या स्थितीत तिला रावबा अत्यंत प्रिय होणे साहजिक होते. तिच्या त्या वयांत शृंगारिक कल्पनांचा तिला अर्थही कळत नव्हता, तेव्हा अर्थात् आदर, कृतज्ञताबुद्धी, प्रेम इत्यादी उपरिनिर्दिष्ट भावनांमध्ये शृंगारगर्भ आशयाची यत्किंचित् देखील छटा नव्हती. रावबाचे मन इतके शुद्ध नसेल–नव्हतेच, म्हणजे त्याला शृंगारविषयक कल्पनांचा अर्थ कळत होता; तथापि तो ज्या वेळी बोलण्याच्या भरांत येऊन सुशीलेच्या कानाशी लागला व सुशीला "तू किती चांगली आहेस ? तू माझी बायको होशील का ?" असे म्हणाला त्या वेळी त्याला आपल्या बोलण्याचा पुरतेपणी अर्थ कळत होता असे समजावयाचे नाही. सुशीलेने 'हो' म्हटले त्यात तर विचाराचा काहीच भाग नव्हता व भावनेचा जो भाग होता तो उपरिनिर्दिष्टशृंगारशून्य आदराचा व प्रेमाचा होता. पण हा 'हो' कार आपण 'अचलेश्वरी' देवीच्या देवळाजवळ दिलेला आहे हे तिच्या ध्यानात दोनचार वर्षांनंतरही राहिले व अर्थात् थोडेबहुत समजू लागल्यावर या 'अचलेश्वरी' च्या समक्ष दिलेल्या 'हो' काराला तिच्या दृष्टीने विशेष महत्त्व आले !

मातांची हृदये

बाळू आता सोळा वर्षांचा झाला आहे व तो सोनगावच्या हायस्कुलातील लहानशा सभामंदिरात टेबलाजवळ उभा राहून 'जिज्ञासू बाल-मंडळा'चा सेक्रेटरी या नात्याने सन्माननीय व्याख्यात्यांचे व पाहुण्यांचे आभार मानीत आहे. अध्यक्षस्थानी अर्थात गिरिधरराव हेडमास्तर होते. विनायकराव, विश्वासराव वगैरे संभावित मंडळी व्याख्यानाला आलेली होती व ती खुर्च्यांवर होती. त्यांच्यापैकी कांहीच्या बायका व मुली (काही अगदी लहान मुलीही) व्याख्यानाला आल्या होत्या व शाळेतील ८-१० मुली जेथे बसल्या होत्या, तेथेच त्या जाजमावर बसल्या होत्या. व्याख्यानाला बायका येण्याचे कारण असे, की ते धार्मिक विषयावर होते आणि वक्ते अमेरिकेतून आलेले व सुप्रसिद्ध होते. त्यांचा बांधा उंच व चेहरा भव्य असून त्यांनी भगवी वस्त्रे परिधान केलेली होती. व्याख्यान आता आटोपले होते व सुनंदा, रावबा वगैरे मुलांनी काही नास्तिक्यपर ज्या शंका स्वामीजींना विचारल्या होत्या, त्यांची उत्तरेही त्यांनी दिली होती. अध्यक्षांनी लहानसे भाषण करून उचित शब्दांनी (स्पेन्सर फारसा न आणता) थोडक्यात आभार मानले होते. बाळू आता हातामध्ये हार घेऊन वक्त्यांकडे तोंड करून (व मधून मधून साहजिकपणेच नकळत, सुनंदाकडे पाहात) बोलत होता. त्याचे भाषण थोडे अडखळतच झाले, पण मुलांच्या मानाने ते बरे होते ते असे.

"आपल्या गुरुजनांना व आमच्या चतुर्थाश्रमी पाहुण्यांना नम्रपणे वंदन करून मी आता माझे कर्तव्यकर्म करतो. ते कोणते हे सांगावयास नकोच. आजचे व्याख्यान विद्वत्तेने परिपूर्ण होतेच. पण ते रस (अडखळतो) भरित होते, (वांग्याच्या भरताची आठवण होऊन हंशा पिकतो.) हा त्याचा विशेष होय. याहून अधिक महत्त्वाची गोष्ट म्हटली म्हणजे अशी, की स्पेन्सर वगैरे पाश्चात्त्यांची मते वारंवार ऐकून ईश्वर हा 'अज्ञेय' आहे, त्यावर श्रद्धा ठेवणे अज्ञानाचे लक्षण आहे असे आपणांस वाटू लागले होते, स्वामीजींनी कसे चुकीचे आहे हे आपल्या रसाळ व (अडखळतो. हशा) अनुभवाचा आधार असलेल्या वाणीने सांगितले आहे. ते आपणांस पूर्णपणे पटो

किंवा न पटो, त्याचा आपल्या सर्वांच्या मनावर– निदान माझ्या तरी मनावर– विशेष परिणाम झाला आहे, आणि इतरांवरही झाला असेल अशी माझी समजूत आहे. मूर्तिपूजा करणे अज्ञानमूलक आहे असे आपण अलीकडच्या पुस्तकांत वाचतो व शाळांमध्येही आपणांस अशा प्रकारचे शिक्षण मिळते, पण घरी आपण मूर्तिपूजा करतोच ! मनात मात्र पुष्कळ वेळा येते, की मूर्तीपूजा आपण घरी करतो हा मूर्खपणा तर नाही ? या प्रश्नाचे उत्तर स्वामीजींनी हरतऱ्हेने युक्तिवाद लढवून व उदाहरणे देऊन जे दिले आहे ते विचार करण्यासारखे आहे व आम्ही त्याचा विचार करून असे स्वामीजींबद्दल नम्रपणे आश्वासन देऊन व आलेल्या सर्व पाहुण्यांचे 'प्रतीक' म्हणून (त्यांनीच हा 'प्रतीक' शब्द आज मला शिकविला) (उगीचच्या उगीच टाळ्या) त्यांना गुरुजींच्या हस्ते मी सर्वांच्या वतीने हा हार अर्पण करतो.''

बाळूचे भाषण संपल्यावर हारतुरे होऊन मंडळी उठू लागणार, इतक्यात गिरिधरराव यांनी खूण केल्यावर सुशीला आपल्या जागेवरून उठली व टेबलाकडे जाऊ लागली. तिच्या हातात लहान पेन्सिल व कागदाचा एक अष्टमांश तुकडा होता. टेबलावर जाऊन, पदर सावरून (ती आता बारा एक वर्षांची होती.) ती घाबऱ्या घाबऱ्या आवाजाने, वाघ जणू काही पाठीस लागला आहे अशा आवाजात, कागदावर लिहिलेल्या मुद्द्यांकडे मधून मधून पाहात, शून्य दृष्टीने बोलू लागली, ''बंधुभगिनींनो व वडील माणसांनो, (मुलांच्या टाळ्या, सुशीला चूक झाली असे वाटून जीभ काढते व लाजते.) गुरुजींच्या आज्ञेवरून मी येथे जमलेल्या बायकांचे आभार मानण्याकरिता आलेली आहे. आजचे अध्यक्ष आपलेच आहेत, तेव्हा त्यांचे आभार मी मानीत नाही. विद्वान व्याख्यात्यांचे आणि पुरुष पाहुण्यांचे आभार बाळूने (जीभ चावते. लोक टाळ्या वाजवितात) मानलेच आहेत. आपल्या गावात स्त्रिया व्याख्यानाला फारशा येत नव्हत्या. अशीच काही धार्मिक व्याख्याने झाली, तर अलीकडे दहावीस बायका येऊ लागल्या आहेत. पण बायकांनी खरोखर आलं पाहिजे. विद्येचं व ज्ञानाचं फार महत्त्व आहे. आपल्या इकडे स्त्री–शिक्षण फार मागासलेलं आहे. लोक आपल्या मुलींना शाळांमध्ये पाठवीत नाहीत. अलीकडे दोन–चार वर्षांतच इंग्रजी शाळेत पाच–सात मुली येऊ लागल्या आहेत. तर यापुढे ही स्थिती सुधारली पाहिजे. मी लोकांना उपदेश करणे म्हणजे लहान तोंडी मोठा घास आहे, पण आपण क्षमा करावी. आजच्यासारखं व्याख्यान बायकांनी ऐकलं, तर त्यात वाईट काय होईल ? बायकांना पुरुष अज्ञानात ठेवतात व मग त्यांची चेष्टा करतात. आम्ही बायका तुळशीला पाणी घालतो म्हणून काही मोठे लोक बायकांची चेष्टा करतात. त्यांचे पाहून मुलेही चेष्टा करतात. झाडांत देव कोठला, दगडांत देव कोठला, असं तसं विचारून काही मुलगे आम्हास सतावून सोडतात. त्यांची नावं मी घेत नाही. (हंशा व टाळ्या. सुशीला लाजते व जीभ बाहेर काढते.) आमची

कुचेष्टा करणं सोपं आहे, पण आज स्वामीजींनी मूर्तिपूजेचं जे मंडन केलं त्याचं खंडन करणं यापैकी कोणत्या मुलाला साधेल ? 'प्रतीक' वगैरे जे काही आज सांगण्यात आलं, ते मला काही चांगलंसं समजलं नाही. मला या शब्दाचा अर्थही समजला नाही. (हशा.) पण व्याख्यान फार चांगलं झालं एवढं समजलं. (हशा) (किंचित रागाने) मला चांगलं बोलता येत नाही, पण पाहुण्या बायकांचे आभार मानण्याची मला गुरुजींनी आज्ञा केली होती म्हणूनच मी येथे आले. पुन्हा एकदा आभार मानून आणि व्याख्यानांना अशाच रीतीने वारंवार येण्याची विनंती करून मी खाली बसते.''

सभा बरखास्त झाल्यावर मुले घरोघर जाऊ लागली. विनायकराव, विश्वासराव, गिरिधरराव व गावांतील अशीच संभावित मंडळी स्वामीजींजवळ काहीतरी ५-१० मिनिटे बोलून हळूहळू पांगली व कोणी फिरण्यास तर कोणी देवदर्शनास, कोणी एखाद्याकडे पानसुपारी खाण्यास तर कोणी बिड्या ओढण्यास, कोणी आपल्या घरीच बायकोशी गुलगुल गोष्टी बोलण्यास तर कोणी शिष्टपणे झोपाळ्यावर बसून चहा पिण्यास, निघून गेले. बायकामंडळी मात्र सगळी आपआपल्या घराकडेच वळली. त्यांच्या बहुतेकांच्या बोलण्याचा विषय बाळूचे आणि सुशीलेचे भाषण हा होता. कोणी त्यांचे कौतुक करीत होत्या, तर कोणी कुचेष्टा करीत होत्या. अन्नपूर्णाकाकूंना आपल्या मुलाबद्दल व लक्ष्मीबाईंना आपल्या मुलीबद्दल कौतुक किती वाटले असेल, याचे माप मातांच्या हृदयाला करता येईल. बोलताना मात्र लक्ष्मीबाई बाळूची स्तुती व आपल्या मुलीची चेष्टा आणि अन्नपूर्णाकाकू सुशीलेची स्तुती व बाळाची चेष्टा करीत होत्या. रावबाची आई दोघांचीही स्तुतीच करीत होती.

त्यांच्या पाठोपाठ हे मुलगे व सुशीलाही येत होती. रावबाने सुशीलेच्या भाषणाची उपरोधिक स्तुती करून 'बायका त्या बायकाच, अखेर घाण करायच्या' असा शेरा मारला. पण सुशीला आता थट्टामस्करीच्या बाबतीत चार टोले घेतलेन् तर दोन तरी उलट देणारी झाली होती. ती लगेच म्हणाली, ''अखेर घाण केली खरी, पण करायचं काय ? आम्हाला कोठला गोड रस आणि रसाचं 'भरीत' साधायला ? आम्हाला बायकांना वांग्याचं भरीत करता येतं, पण रसाचं कसं करायचं हे आम्हाला नाही ठाऊक !'' असे म्हणाली. त्याबरोबर रावबा बाळाचे समर्थन करू लागला. सुनंदा इतका वेळ काहीच बोलत नव्हता. कारण तो जात्याच मननशील, अंतर्मुख व सुलभविकार असा होता आणि आजच्या व्याख्यानामुळे त्याच्या विचारात चलबिचल झाली होती. बाळच्याही मनात चलबिचल झाली होती, पण ती एवढी तीव्र नव्हती. पण तो वाद करण्याला विनोदाकरिताही वाद करण्याला आता तयार नव्हता. त्याने विषयच बदलून टाकण्याकरिता म्हटले, ''काही म्हण सुनंदा, आजच्या व्याख्यानानं खरं समाधान काही अजून झालं नाही. तुझं झालंय

का ? आणि रावबा, तुझं ? तुला काय वाटतं ?"

"अरे, माझं मत या बाबतीत निश्चित आहे देव वगैरे सगळं 'अज्ञेय' आहे." रावबाने उत्तर दिले.

"मला वाटतं देव आहे." बाळू म्हणाला, "कारण जगात जे एवढं सौंदर्य आणि जी एवढी सुव्यवस्था दिसते आहे, ती काही एरव्ही उत्पन्न व्हायची नाही. सुनंदा या युक्तिवादाची चेष्टा करतो आणि मला नेहमी विचारतो, की तुमच्या या व्यवस्थापक देवाचा व्यवस्थापक कोण ? पण मला जरी या प्रश्नाचं उत्तर देता आलं नाही, तरी मला एवढं समजतं आहे की, आकस्मित रित्या काही एवढी सुव्यवस्था उत्पन्न होणार नाही ! आकस्मितरित्या आपोआप एखादं काव्य किंवा एखादी कादंबरी जशी लिहिली जात नाही, तर कोणी तरी कवी किंवा कादंबरीकार आवश्यक असतो, तसंच जगद्रूपी ग्रंथाचं आहे. या ग्रंथाचा कोणी तरी कर्ता असला पाहिजे."

"आता कसा बाळू बोलतो आहे पाहा." जवळच असलेल्या लक्ष्मीबाई म्हणाल्या, "पण मघाशी सभेत तो घाबरला."

"तरी पण धीटपणं बोलला, हे काय थोडं झालं !" रावबाची आई म्हणाली, "आणि तुमची सुशीला तरी काय बाई हुशार आहे ! किती चांगलं बोलली !"

"चांगलं कसलं आहे, घाबरून गेली अगदी," तिची आई म्हणाली, "आपल्या बायकांना पुरुषांसारखा नाही बोलता यायचं"

"घाबरून गेली पण बोलली ना ! आणि किती तरी चांगलं बोलली ! नाही तर आपण मुखदुर्बळ."

"आपल्या वेळी शाळेत कोण मुलींना पाठवीत होतं ?" लक्ष्मीबाई म्हणाल्या, "आणि आता तरी पाठवून फायदा आहे का तोटा आहे कोणास ठाऊक ! मुली मोठ्या झाल्या म्हणजे त्यांची लग्नं व्हायची कशी ?"

"लग्न न व्हायला काय झालं ?" रावबाच्या आईने उत्तर दिले "तुमच्या सुशीलेसारख्या मुलीला कुठंही स्थळ मिळेल. आमच्या रावबाला अशी बायको मिळाली तर आनंदाने करीन मी!"

"मग ठरवून टाका नि काय दोघांचं लग्न – " बाळूची आई म्हणाली "हुंड्यापांड्याचं मागाहून ठरवता येईल."

"ते कशाला आमच्यासारख्याकडे मुलगी देतील ? त्यांना – "

"न द्यायला काय झालं, पण पत्करली पाहिजे ना तुम्ही ? आणि तुम्ही पत्करलीत, तरी रावबाला आवडली पाहिजे ना ? आजकाल नवऱ्यामुलाला दाखवून त्याला आवडली तर ती करायची अशी चाल निघाली आहे ना ?"

"आमच्या रावबाला आवडतेय् हो ती– म्हणजे 'आवडेल ती' असं मला वाटतं."

रावबाच्या आईने गुह्य लपविण्याचा प्रयत्न केला, पण आता ते तिच्या तोंडून अर्धवट फुटलेच, तेव्हा सुशीलेच्या आईला किती बरे वाटले असेल याची कल्पनाच करावी. कारण तिच्या मनात हे स्थळ किती दिवस तरी होते, पण पत्करतील का नाही ही भीती होती.

दुसरी भीती आपल्या पतीची संमती मिळेल का नाही अशी होती, पण या किल्ल्याला सुरुंग लावण्याचे काम एक–दोन वर्ष रात्रंदिवस चालले असल्यामुळे, तो सर होण्याला थोडीशी अडचण असली तरी ती फारशी नाही अशी तिची कल्पना होती. तथापि तिने सावधगिरी ठेवून ''आपल्या बायकांच्या हातांत काय आहे याचं, पुरुषांच्या मनांत येईल तेव्हा खरं.'' असे काहीतरी म्हणून किल्ला सर करण्याचा बेत तिने कायम केला, इतक्यात त्यांचे घर जवळ आलेच व सुशीला किती मागे आहे हे ती वळून पाहू लागली, तो ती बाळूच्या डाव्या बाजूला चालत असून ती त्या तिघां मुलांच्या क्रिकेटच्या गप्पा ऐकण्यात रंगून गेली आहे असे तिला दिसले.

◆

ऊस व भोपळा

अचलेश्वरीच्या डोंगरावर तीन मोठ्या दगडांवर रावबा, बाळू व सुनंदा त्रिकोणांत बसले होते. दोन आठवड्यांपूर्वी दोनही पक्षांच्या क्रिकेट–क्लबांची मॅच होती आणि तीत बाचाबाची व मारामारी होऊन दोन्ही पक्षांना खाली मान घालण्याची पाळी आली होती. तेव्हा समेट होतो की काय हे पाहण्याकरिता बाळूने हा योगायोग जुळवून आणला होता. डोंगरावर चढतांना त्या तिघांत बोलणे फारसे झालेच नाही व आताही फारसे होत नव्हते. मुख्य मुद्द्याला कोणी कसा आरंभ करावयाचा हीच मुख्य अडचण होती व जो तो सभोवतालच्या देखाव्याकडे पाहून आणि मधून मधून हे पाहा, ते पाहा, असे काही तरी बोलून मुद्द्याचे बोलणे टाळीत होता.

शेवटी रावबा म्हणाला, "आपण जरी मित्र म्हणवतो, तरी आपली लहानपणापासूनची भांडणं आहेत. आणि अलीकडे तर आणखी एक नवीन उत्पन्न झालं असण्याचा संभव आहे."

"ते कोणतं बुवा ?" सुनंदाने व बाळूने एकदम विचारले.

"खरं म्हटलं, म्हणजे माझ्या तत्त्वाप्रमाणं एकदम सांगावं, पण नाही सांगत झालं. 'Everthing is fair in love and war' एवढंच पुन्हा मी म्हणतो यात काय ते समजा. Love बद्दल मी आता मुद्दाम बोलत नाही. पुढे भांडावं लागणार आहे, त्या वेळेस भांडू. पण ही गोष्ट खरी, की जीवनकलहात, राजकीय कलहात, प्रेमविषयक कलहांत सर्वत्र मला माझा जय पाहिजे आहे. जयाकरिता जे जे करावे लागेल ते ते मी आवश्यक व योग्यच समजतो. क्रिकेटच्या मॅचचंच उदाहरण घे. मी L.B.W. होतो खरा, पण आमच्या अंपायरने मला नॉट औट दिल्यावर मी खेळलो यात मला गुन्हा वाटत नाही. तुम्हाला त्यात खोटेपणा वाटतो आणि ते तुम्ही बोलूनही दाखवलंत. तुमच्या आमच्या मारामारीचं हे खरं कारण, मागून झालं ते निमित्तकारण. तेव्हा एकंदरीत काय, तुमचं आमचं जुळू नये असा योगायोग आहे. पुढंमागं आपण कॉलेजात गेलो, तर तेथेही आपली भांडणं व्हायची आणि त्याच्यापुढं राजकारणात पडलो, तर त्या वेळीही व्हायची ! नदीचं पाणी अन् खाडीचं पाणी

कधी एक व्हायचं नाही.''

''आता उथव आल्यामुळं एक होऊ पाहात नाही काय?'' सुनंदाने विचारले.

''नाही.'' रावबा म्हणाला. ''नदीचं पाणी वर येत आहे, पण खाडीच्या पाण्यांत फारसा बदल नाही. ते काही वर उचलून येत नाही. माझं मन खाडीच्या पाण्यासारखं आहे.''

''अशी भाषा वापरल्यावर मग काय, बोलणंच खुंटलं.'' बाळू म्हणाला व मग बोलण्याचा ओघ दुसरीकडे वळविण्याकरिता, ''चला, अचलेश्वरीला नमस्कार करून आणि प्रदक्षिणा घालून घरी परत जाऊ या.'' असे म्हणाला.

''नको बाबा, देवळात नको. देवाचं आणि माझं अहिनकुलाप्रमाणं वाकडं आहे आणि मला काम आहे, मी जातो जरा आधी.''

असे म्हणून रावबाने आपली छत्री घेतली व तो तांबड्या झालेल्या वहाणा घालून आणि तांबूस धोतराचा काचा मारून खाली जाऊच लागला व त्या दोघांनीही त्याला मग थांबण्याविषयी विशेष आग्रह केला नाही. तो गेल्यानंतर ते देवदर्शन घेऊन व प्रदक्षिणा घालून देवळाच्या पायरीवर बसले. बोलण्याला सुरुवात सुनंदाने केली. ''भांडणाचं आणखी एक कारण उत्पन्न होऊ लागलं आहे असं रावबा म्हणाला, त्याचा अर्थ तुला समजला का ?''

''समजला थोडाबहुत. बाळू म्हणाला. 'Love बद्दल त्याला काही तरी बोलायचं होतं, पण त्यात काही अर्थ आहे का ? मला सुशीला पहिल्याप्रथम सांगून आली होती आणि आता ती त्याला सांगून आली आहे आणि तिचं लग्न ठरलंही आहे. पण यात भांडण होण्याचं कारण काय? युरोपिअन लोकांमध्ये 'कोर्टिंग' वगैरे असतं, तेव्हा तिथं असूया असते. आपल्या इथे तो प्रकारच नाही आणि आपली वयं का आहेत कोर्टिंग करण्याची? मला तर या वयात लग्नाचे विचार आले म्हणजे माझी मलाच लाज वाटते.''

''खरं आहे तुझं म्हणणं,'' सुनंदा म्हणाला. ''पण मला पुष्कळ वेळा असं वाटे, की सुशीलेला विचारावं आणि तिला जर तूच आवडत असलास...''

''Nonsense. असला मूर्खपणा करू नकोस. तू मला लाज आणशील हो असल्या वागण्यानं.''

''अरे, माझं ऐकून तर घे. मी म्हणत होतो, की सुशीलेला विचारावं असं माझ्या मनात पुष्कळ वेळा येत असे, पण तिच्या त्या निष्पाप चेहऱ्याकडे आणि सरळ वर्तनाकडे पाहिलं म्हणजे असं वाटतं, की हिला लग्नाचं वगैरे काही अजून समजत नसेल, हिच्याशी असल्या गोष्टी काढणं म्हणजे मूर्खपणाच नव्हे तर पाप आहे. आणि माझी काही छाती होईना, बाबा! राजकारणात मी निधड्या छातीचा आहे, नाशिकला नुकताच जसा जॅक्सनवरती बाँब टाकला गेला तसा बाँब टाकायला

सांगितला तर मी टाकीन, पण सुशीलेसारख्या मुलीशी असल्या गोष्टी काढणंच शक्य नाही.''

"You are right. ती आमच्याकडे आता पूर्वीसारखी येत नाही, पण कधी कधी येते आणि माझ्याशी थट्टामस्करीही करते. आणि मला पुष्कळ वेळा वाटतं, की मला जसं हिच्याशी लग्न करावंसं वाटतं तसं हिलाही वाटत असेल पण लगेच विचार यायचा, की असले विचार मनात आणणं हा मूर्खपणा आहे, ती बिचारी अगदी Innocent आहे. आपण खरोखर पाप करीत आहो, तिच्याबद्दल असल्या गोष्टी बोलत आहोत हे. चला, दुसरा विषय काढू या.''

"काढू का एक विषय ? पण घाबरशील हो !'' सुनंदा बाळूच्या तोंडाकडे टक लावून पाहात म्हणाला.

"काही घाबरत नाही.'' बाळू म्हणाला व हा काय सांगणार असा मनाशी विचार करीत त्याच्या तोंडाकडे पाहू लागला.

"सांगण्यापूर्वी शपथ घे चल देशाची आणि देवाची.'' सुनंदा म्हणाला व त्याचा हात धरून त्याला देवळात नेऊ लागला, पण बाळूने त्याचाच हात घट्ट दाबून धरून त्याला खाली बसविले आणि म्हटले, "राजकारणातली गुप्त कटाची शपथ दिसते आहे ! नको बुवा, तसल्या शपथा घ्यायला आपण तयार नाही.''

"नाही तर राह्यलं, देशाचं काय व्हायचं असेल ते होवो !'' सुनंदाने सुस्कारा टाकून म्हटले. त्याने म्हटले खरे, पण त्याचे काही समाधान झाले नाही. कारण तो मग घरी परत जाताना बाळूशी फारसा बोललाच नाही, आपल्याच विचारात गढून गेला.

◆

शुभमंगल सावधान

रावबाची मॅट्रिकची परीक्षा उत्तम तऱ्हेने पास झाली. त्याच्या आधीच लक्ष्मीबाईंनी विनायकरावांजवळ सुशीलेच्या लग्नाची गोष्ट कशी काढली, रावबाचे स्थळ हातचे गमावू नये याबद्दल आग्रह कसा धरला, विनायकरावांजवळ सुशीलेला आणखी शिक्षण देण्याबद्दल काही दिवस आग्रह कसा धरला, व पुढे तिच्या लग्नाला कसे अनुकूल झाले, इत्यादी गोष्ट पाल्हाळाने सांगण्यात अर्थ नाही. मॅट्रिकची परीक्षा झाल्यामुळे हुंड्याचे मान जरा चढले होते. पण हुंड्याची अडचण कशी मिटली, पत्रिकेतील ग्रहांची पीडा कशी टाळण्यात आली, मुहूर्त पाहताना कोणत्या सोई– गैरसोईंचा विचार झाला, जेवणावळीचा थाट कसा उडाला, बँड आणला होता की नाही, विहिणींची भांडणे झाली ती कशी मिटली, कोणाकोणाला कसले खण आणि कसली लुगडी मिळाली, ओट्या नारळाने, का कशाने भरल्या, उषेला कोणत्या खणाचे परकर केले, सुशीलेला कसली लुगडी घेतली, तिने दागिने कोणते अंगावर घातले होते, इत्यादी गोष्टीही सांगत बसण्यात अर्थ नाही.

गिरिधररावांनी दक्षिणा वगैरे फार वाटली नाही व जेवणावळीही घातल्या नाहीत, हे मात्र सांगितले पाहिजे. आमच्या सोनगावची पहिली चाल म्हणजे अशी, की गावातल्या सर्व सजातीयांना, म्हणजे अर्थात येथे ब्राह्मणांना, जेवणावळी घालावयाच्या, पण अलीकडच्या महर्गतेच्या व दारिद्र्याच्या काळात आळीतल्या सगळ्या ब्राह्मणांना जेवणास एकदाच बोलवावयाचे अशी चाल पडली होती, पण ही देखील चाल गिरिधररावांनी बाजूस ठेविली व स्पेन्सरीय मताला अनुसरून जेवणावळीत खर्च करण्याचे पैसे, म्हणजे ५०० रुपये, एका आळीत एक रॉकेलचा कंदील काळोख्या रात्री लावण्याकरिता म्हणून त्यांनी म्युनिसिपालिटीच्या स्वाधीन केले व आपल्या गावाची सुधारणा आपण केली पाहिजे, सरकारवर याची जबाबदारी टाकणे योग्य नाही, या मताचा त्यांनी अशा रितीने सक्रिय व सोदाहरण पुरस्कार केला.

दुसरी गोष्ट या लग्नात ध्यानात धरावयाची म्हणजे सोनगावची राष्ट्रीय व नेमस्त

या दोनही पक्षांची मंडळी लग्नाला हजर होती. एवढासा गाव, पण तेथे पक्षभेद फार तीव्र होते, तथापि विनायकराव राष्ट्रीय पक्षाचे व गिरिधरराव नेमस्त पक्षाचे आणि दोघांबद्दल व्यक्तिदृष्ट्या सर्वत्र आदर म्हणून या विवाहप्रसंगी दोनही पक्षांची मंडळी वधूवरांना शुभ आशीर्वाद देण्यास आली होती. दोघेही व्याही गावातले श्रीमंत व बडे होते. अर्थात या लग्नाचा मोठा बोलाबाला झाला. किंबहुना त्या गावाला काही दिवस बोलण्याला दुसरा विषयच नव्हता हे सांगणे नकोच. गिरिधररावांनी जेवणावळी घातल्या नाहीत तरी विनायकरावांनी घातल्याच, याचे कारण त्यांना असल्या बाबतीत खर्च करणे पसंत होते असे नाही, तर सुशीलेचे लग्न हौशीने करावे, त्यात काही उणेपणा असू नये, अशी त्या प्रेमळ पित्याची प्रबलतम इच्छा होती. त्यांच्या पत्नीची काय इच्छा होती हे सांगावयास नकोच ! आर्थिक परिस्थितीही अनुकूल, मग काय ? चार दिवस पैसा पाण्यासारखा किती खर्च झाला असेल, हे लग्न करून पाहिलेल्यांना अनुभवाने स्पष्टपणे समजण्यासारखे आहे व इतरांनाही त्याची थोडीबहुत तरी कल्पना करता येण्यासारखी आहे.

सुशीलेच्या मनाची स्थिती मात्र काय होती हे समजणे व वर्णन करणे फार कठीण. या बाबतीत कल्पनेचा काही उपयोग नाही असे दिसते कारण, कल्पनेच्या आधारावर या ग्रंथकाराने केलेले वर्णन सुशीलेने जेव्हा वाचले, तेव्हा वाचता वाचता त्यात इतकी दुरुस्ती व खोडाखोड केली आणि इतक्या टीपा दिल्या, की मूळचे प्रकरण टाकून देऊन त्याऐवजी या टीपांपैकी काही टीपा व सुशीलेनेच आत्मचरित्रात लिहिलेल्या एका प्रकरणाचा काही भाग जुळवून बहुतेक जसाचा तसा घेतलेला बरा असे वाटून त्याप्रमाणे व्यवस्थाही केली. पुढे दिलेला भाग उतरून घेण्याची व जरूर तेथे या आत्मचरित्राचा उपयोग करण्याची परवानगी दिल्याबद्दल तिचे आभार मानलेच पाहिजेत, असे तिचे व या ग्रंथकाराचे संबंध नाहीत पण खाली दिलेला भाग वाचकांचा संपूर्ण वाचून झाला, म्हणजे हा भाग प्रसिद्ध करण्याची परवानगी देण्यात सुशीलेने फारच मनोधैर्य दाखविले आहे असे म्हटल्याशिवाय वाचकांना राहावणार नाही. काही लोकांना ही मते आवडणार नाहीत हे उघड आहे, पण प्रसिद्ध करणाऱ्या ग्रंथकाराला ती सर्वतोपरी मान्य आहेतच असे गृहीत धरण्याचेही कारण नाही, हे ध्यानात धरणे आवश्यक आहे.

◆

सुशीलेच्या आठवणी

"या ग्रंथकाराने माझ्या लहानपणाची हकीगत अनेक लोकांकडून मिळवून त्यातील त्याला मनोरंजक वाटलेला भाग बऱ्याच यथार्थतेने वर्णन केला आहे, पण या एकदोन प्रकरणांत फारच चुका झाल्या आहेत मला वाटते. असे का व्हावे हे मला समजत नाही. ग्रंथकार आज बरीच वर्षे माझ्या चांगले ओळखीचे आहेत. माझे अलीकडील काही वर्षांतील अंतरंग त्यांना चांगले माहीत आहे. माझ्या अंतरंगात त्यांनी प्रवेश केला आहे. तेव्हा त्यांच्यापासून मी काय लपविणार ? पण आताच्या एकदोन प्रकरणांत ते विलक्षणच घसरले. त्यांना कल्पनाशक्ति आहे. पण ते पुष्कळ ठिकाणी घसरले आहेत ही आश्चर्याची गोष्ट आहे. पुष्कळ पुरुष असे फसतात असे माझ्या अनुभवाला आले आहे !

पहिल्याप्रथम माझे पतिच घ्या. त्यांची माझ्याविषयी काहीतरीच कल्पना होती ! आपल्यावर हिचे प्रेम आहे असे त्यांना वाटावयाचे ! माझे प्रेम जडले हे खरे, पण पुढे पुढे. या वेळी नव्हे. या वेळी माझे कोणावरच प्रेम नव्हते. प्रेम म्हणजे काय हे समजतही नव्हते. 'सुशीलेचे खरे प्रेम बळवंतरावांवर होते, पण रावबाच्या रुबाबाला व सौंदर्याला सुशीला भुलली, तिच्या मनामध्ये मोठा अंत:कलह झाला.' इत्यादी प्रकारचे ग्रंथकाराचे जे वर्णन आहे ते अगदी चुकीचे आहे. बळवंतरावांशी माझे लग्न व्हावे अशी तात्यांची (माझ्या वडिलांची) इच्छा होती व त्याप्रमाणे त्यांनी विश्वासरावांशी अर्धवट थट्टेत गोष्टही काढली होती. माझ्या कानांवर ही गोष्ट आली तेव्हा मला बरे वाटले होते, पण का बरे वाटले हे मला मुळीच समजत नव्हते. मला त्या वेळी प्रेम म्हणजे काय असते याची स्पष्ट कल्पना नव्हती. (आताही नाही असे वाटू लागले आहे ! मध्यंतरी मात्र काही दिवस मला 'प्रेम' म्हणजे काय हे समजले. आता मला 'प्रेम' म्हणजे बहुधा व बहुत अशी खूळ आहे असे वाटू लागले आहे. आधुनिक कवीचे आणि कादंबरीकरांचे 'प्रेम' वगैरे शब्द ऐकले, म्हणजे मी बहुधा गालांतल्या गालांत हसते ! पण त्या वेळी 'प्रेम' हा शब्द पुस्तकांतच वाचीत होते, अर्थात नावाने शून्य !)

आता ही गोष्ट खरी, की लग्न झाल्याबरोबर ते मला 'आपले' असे वाटू लागले. मंगलाक्षतांमध्ये काय गुण असेल तो खरा, पण असे वाटू लागले यात तिळप्राय शंका नाही. असे का बरे वाटू लागावे ? अचलेश्वरीच्या देवळाला जाताना आमची जी कानगोष्ट झाली होती तिचा हा नकळत झालेला परिणाम म्हणा, किंवा तिच्या वर्तनाचा हा परिणाम म्हणा, किंवा एकंदर सामाजिक परिस्थितीचाच परिणाम म्हणा, मला ते माझे व मी सर्वस्वी त्याची असे वाटू लागले. सीता, सावित्री यांच्यासारख्या पतिव्रतांप्रमाणे आपण वागावे, किंवा असे म्हणण्यापेक्षा, आपल्या आईप्रमाणे आपण वागावे, असे आपले मला वाटत असे. आणि त्यात काही फारसे कठीण नाही, असेही प्रथम प्रथम माझ्या अनुभवास आले. त्यांचा चेहरा, त्यांची दृष्टी, त्यांची ठासून बोलण्याची पद्धती, त्यांची माहिती, त्यांचे शास्त्रीय ज्ञान, आपले मत खरे भासविण्याची त्यांची शक्ती, इत्यादिकांचा असा माझ्यावर परिणाम झाला होता, की त्यांचेच ऐकावे, त्यांच्या तंत्राने चालावे, असेच मला वाटत असे ! याची किती तरी प्रत्यंतरे लग्नातच आली. आमचे बालवयातील ज्वलज्जहाल सुनंदराव आणि जहालाग्रणी बळवंतराव यांच्या नादाने मीही त्या वेळी बहिष्कारवादी बनल्ये होत्ये. बहिष्कार म्हणजे काय आणि तो का करावयाचा हे मला समजत नव्हते; पण त्या वेळचे बरेच मुलगे परदेशी साखर खायचे नाहीत, तशी मीही खात नव्हते, झालं या बाबतीत मी आईशी कितीदा तरी भांडले होते. नाही म्हणजे नाहीच खायची मी परदेशी साखर ! माझ्या श्वशुरांना हे खूळ आवडत नव्हते. त्याप्रमाणेच 'त्यांना' ही आवडत नव्हते. लग्नात विदेशी तसेच स्वदेशी साखरेचे लाडू केले होते, पण घास द्यायच्या वेळेला जात्या खोडकर स्वभाव असल्यामुळे विदेशी साखरेचाच घास दिला आणि तो मी खाल्लाही. मला त्यांचा काही राग आला नाही ! अशी त्या मंगलाक्षतांची जादू आहे !

दुसरी अशीच लहानशी गोष्ट म्हणजे लग्न झाल्यावर ते ओटीवर बसले होते. तिथे आमची उषा त्यांच्याजवळ लडिवाळपणा करायला गेली आणि अंगाला बिलगू लागली; पण असला लडिवाळपणा अगदी आवडत नसे. म्हणून पहिल्याने दटावले व मागाहून चापट मारली; तेव्हा ती लागली रडायला. त्या दोघांची बोलणी मी माजघरातून ऐकत होत्ये आणि उषा एवढी माझी लाडकी आणि तिचा लडिवाळपणा तर मला फारच आवडावयाचा; आता पण अक्षता पडल्यावर वाटू लागले, की तीच वाईट, आणि तिला मारले हेच बरोबर केले. जावे कशाला दुसऱ्याजवळ खोड्या करायला ? दुसऱ्या एखाद्याने जर असे केले असते, तर उषेची कड घेऊन मी वाघिणीसारखी त्याच्या अंगावर धावले असते. पण आता ?''

ते दिवस आठवले म्हणजे अजूनदेखील कौतुक वाटते. आम्ही भांडलो, तंडलो, काडी मोडण्याची इच्छा होण्यापर्यंत पाळी आली, सर्व काही गोष्टी झाल्या,

पण तेही दिवस गेले आणि आता जुन्या आठवणी काढून त्या सांगाव्याशा वाटत आहेत. ते दिवस गेले, पण बकुळीची फुले सुकली तरी त्यांचा जसा सुवास अगदी नष्ट होत नाही, त्याप्रमाणेच सात्त्विक आनंदाच्या दिवसांचे आहे. पण हा वेदान्त कशाला? त्या वेळच्या गोष्टीच बोलूया. लग्नाच्या दुसऱ्या दिवशी आमच्याकडची समाराधना झाली. पंगतीवर पंगती उठत होत्या. ब्राह्मण, गुजर, साळी, कुणबी, महार, चांभारसुद्धा ब्राह्मणांप्रमाणेच जेवून तट्ट फुगले. तिकडच्या चालीप्रमाणे ब्राह्मणांच्या पंक्तींना आठ आठ आणे दक्षिणा वाटली. पंगत उठल्यावर म्हारणी नि त्यांची लहानमोठी पोरेबाळे उष्ट्या पत्रावळीसाठी आई–माई करून ओरडू लागली. संध्याकाळी सहाच्या सुमाराला कुणबी–माळ्यांची पंगत उठल्यावर मांडवात इकडे तिकडे हिंडायचे होते, तेव्हा त्यांच्याजवळच त्या वेड्या म्हारणी भीक मागू लागल्या! ते तर त्यांच्या कटकटीला कंटाळलेले आणि भिकारणींना भीक घालू नये, त्यांना भीक घालणे म्हणजे आळस वाढविणे होय, अशा मताचे होते, त्यांनी पहिल्याप्रथम 'जा–जा, बायांनो, उगाच कटकट लावू नका, भीक कशाला मागता? काम करावं.' असे तसे पुष्कळ सांगितले, पण त्या म्हारणी काय अशाने थांबताहेत? त्या अधिकच ओरड करू लागल्या तेव्हा स्वारी संतापली आणि असे बसकन् त्यांच्या अंगावर ओरडले, की त्या बाया आणि ती पोरे चार पावले मागेच सरली! आणि क्षणभर त्यांनी ओरडाही थांबविला. ओरड थांबल्यावर आपण श्वशुरांच्या घरी असे रागावलो हे बरे झाले नाही असे वाटूनच की काय, त्यांनी अर्धवट तिथे असलेल्या कारकुनाला उद्देशून 'या भिकाऱ्यांना उत्तेजन देण्यात काही अर्थ नाही; यांनी देशांचे मोठे नुकसान केले आहे.' अशा अर्थाचे आत्मसमर्थनपर अर्धवट लहानसे व्याख्यानच झोडले! ते ऐकून त्या कारकुनास काय वाटले असेल कोणाला ठाऊक; एवढी मात्र गोष्ट खरी, की आमच्या आईला फारच धन्यता झाली, आणि मलाही काही कमी धन्यता झाली नाही. एरव्ही दुसरा कोणी अशा प्रसंगी गरीब बिचाऱ्या म्हारणींच्या अंगावर ओरडला असता, तर मला वाईट वाटले असते; पण त्यांचा तो रुबाब, आणि ते ठासून बोलणे आणि त्यांचे ते तार्किक विचार, यांनी मला तर असे होऊन गेले, की ह्यांच्यापुढे आपण अगदीच बावळट, आपणाला काही देशाचे हित वगैरे समजत नाही, आपली बायकांची बुद्धी खरीच आकुंचित, आपला कोमलपणा हा खराच घातुक! आमच्या सोनगावच्या पाचदहा मुलींमध्ये मीच हुशार होत्ये; पण यांच्यापुढे मी अगदीच कमी योग्यतेची असे मला आता वाटू लागले आणि मी आपले एक एक मत– 'मत' कसले आले आहे त्या वयात म्हणा, पण जे काही वाटत होते ते– एक एक सोडून द्यायला लागले.

लग्नात एके प्रसंगी मात्र माझ्या मनाला थोडासा धक्का बसला, कारण मी गौरीहाराची पूजा करीत होत्ये आणि पूजा आटोपून घेण्याची तर घाई होऊ लागली.

माझे मन त्या वेळी गौरीमय होऊन गेले होते. इतके, की सांगता येत नाही. देवाच्या खऱ्या भक्तीचा अनुभव मला त्या वेळी आला. पतीबद्दल मला अत्यंत पूज्यबुद्धी केव्हा वाटली असेल तर त्यावेळी वाटली असे मी म्हणेन. ही स्थिती घटका अर्धी घटकाच असेल; पण अशी स्थिती होती खरी. शृंगारिक प्रेम व असल्या गोष्टी मला त्या वेळी शब्दार्थापेक्षा अधिक काही समजत नव्हत्या. खऱ्या शुद्धप्रेमाचा अनुभव मी त्या वेळी घेतला. पण हे आता कशाला सांगू? 'प्रेमा'चा अर्थ बदलला! आणि हा अर्थ बदलण्याला त्याच दिवशी आरंभ झाला; कारण गौरीहराची पूजा करून मी जी गौरीचा जणु काही संचार झाला आहे अशी बाहेर पडते आहे, तोच किंचित् उशीर झाल्यामुळे रागावलेले मामंजी पुटपुटले, 'काय करावे या बायकांना? Wasting time in idolatrous worship !' आणि 'ते' ही असेच काही हलक्या आवाजात जे पुटपुटले ते मला ऐकू आले नाही, पण वडिलांच्यासारखीच त्यांची वृत्ति असावी असे मला वाटले आणि मनाला थोडा धक्काच बसला. मामंजी काय पुटपुटले हे आईला व आसपासच्या बायकांना कळले नाही, त्यांना ते रागावले आहेत एवढेच कळले; पण मला आता काही काही इंग्रजी शब्दांचे अथे कळू लागले होते आणि बळवंतराव–सुनंदरावांच्या संगतीत वादविवाद ऐकताना idolatry शब्द हजारदा कानांवरून गेलेला, तेव्हा अंदाजाने मामंजींचा अर्थ मी ओळखला आणि काय वाटले ते सांगता येत नाही. बरे, रागावू कोणावर आणि का ? मामंजींची मते खोटी आहेत असे मी कसे म्हणू ? आणि मामंजीपेक्षा 'त्यांची' ती वृत्ति पाहून मला वाटले, की यांनाच अधिक कळते; आपण लहान, वेड्या, काही तरी करतो, करीत बसतो, झाले ! पण पुन्हा असे वाटे, की आपला हा सनातन धर्म खोटा की काय ? आणि आईसुद्धा वेडी की काय ? आणि सुनंदा एवढा हुशार, पण तोही धार्मिक व्हायला लागला, तोही खोटा की काय ? पुन्हा वाटे, की 'ते' च बरोबर, सुनंदा आणि बाळू देशाभिमानाने उगाच धर्माचे सोंग करताहेत ! खरे ते नास्तिकच आणि नास्तिक नसले तरी त्या दोघांपेक्षा 'ते' च अधिक जाणणारे !

आणि मौज अशी, की मला जसे त्याचे खरे वाटू लागले, तसे त्यांना माझे खरे वाटू लागले ! बोलून मात्र कधी ते दाखवीत नसत. (पुरुष कधी आपली चूक तोंडाने कबूल करतील ? कृतीने ते कबूल करतील; पण तोंडाने ते म्हणतच राहतील, की बायका वेड्या, त्यांना काय समजताय्, इ.) काय असेल ते असो, त्यांच्या बोलण्याचालण्यात व एकंदर वर्तनात लग्न झाल्यापासून कोमलपणा थोडा थोडा येऊ लागला आणि माझे भाषण आणि वर्तन कठोर, कर्कश होऊ लागले. माझ्यामुळे त्यांचे वर्तन बदलले म्हणावे, तर वास्तविक मीच त्यांच्या दास्यात सांपडले होते, बरे, माझ्यामुळे नाही म्हणावे, तर दुसरे कारण काय ?

कसेही असो, त्यांच्या अधार्मिकपणा लग्नानंतर मला हळूहळू पटू लागला व

मी या बाबतीत त्यांची पट्टशिष्य बनले येवढी गोष्ट खरी. पट्टशिष्य का नाही बनणार ? वयच ते तसे होते. त्यातून मामंजींचेही तसेच बोलणेचालणे. लग्न झाल्यावर त्यांनी माझी शाळा चालू ठेविलीच व शाळेत नास्तिक्याची बीजे पेरलीच अणि घरीही आगरकरांचे लेख नेहमी वाचावयाला देऊन उगवलेल्या रोपांना पाणी घातले. आगरकरांचे लेख मला त्या वेळी समजावयाचे नाहीत; पण मामंजी ते वाचायला लावायचेच. स्पेन्सरची पुस्तके म्हणजे त्यांचे वेद आणि आगरकर म्हणजे या वेदांचे सायणाचार्य किंवा या उपनिषदांचे भाष्यकार ! पूर्वीचा धार्मिकपणा किंवा भाविकपणा सासूबाईंच्या ठिकाणी होता थोडाबहुत; पण त्यांचा बिचाऱ्यांचा धर्म पतिपुत्रांच्या कुचेष्टेमुळे घरात ओशाळल्यासारखा वावरत असे. माहेरी मी मधून मधून जायचीच; पण तेथे काय ? वडील धार्मिक बाबतीत उदासीनच. आईचा भाविकपणा भक्कम खरा; पण मला तिच्या भाविकपणाबद्दल आदर जरी वाटावयाचा तरी पुढे पुढे तिची कीव येऊ लागली.

पतिसान्निध्यामुळे आणि विशेषेकरून पतिप्रेमामुळे धार्मिक लोप होऊ लागला ही मला त्या वेळी तरी आनंदाची गोष्ट वाटत होती (आणि अजूनही एका अर्थी वाटते); पण बळवंतराव आणि सुनंदराव (लग्न झाल्यावर काही दिवस मी त्यांना 'सुनंदा' या नावानेच हाक मारीत असे, आता तसे करणे बरे वाटत नाही), या दोघांचे आणि माझे पतिप्रेमामुळे हळूहळू बिनसत चालले हे पाहून मला फार चमत्कारिक व्हायचे. मला 'त्यांचा स्वभाव पुरेतपणी त्या वेळी कळला नव्हता म्हणून मला त्या वेळी पतिप्रेमामुळे 'ते'च खरे वाटावयाचे आणि हे दोघे इतके दिवस उगीचच यांच्या उलट होते, उगीचच यांना वाईट म्हणावयाचे, उगीचच चेष्टा करावयाचे असे त्या वेळी वाटू लागले आणि त्या दोघांचा राग व तिटकारा येऊ लागला. पण इतक्या दिवसांचे सात्त्विक प्रेम एकदम कसे लुप्त होणार ? अर्थात् या दोन भावनांमध्ये नेहमी आतल्या आत धुसफूस चालावयाची आणि कसे वागावे आणि कसे वागू नये हेच मला समजायचे नाही.

त्यात पुन्हा आम्ही मोठी होऊ लागलेली. लग्न झाले, तरी मी काही थोडे दिवस मोकळेपणाने वागे; पण पुढे पुढे हे कमी होत गेले. त्या दोघांनाही मला सासरी भेटणे– किंवा माहेरीही भेटणे अवघड वाटू लागले आणि जवळ राहात असून आणि एके काळी मनाने अगदी एक असून आता आम्ही परकी होऊ लागलो ! मला याचे फार वाईट वाटे. पण त्याला काही इलाज नव्हता. सुदैवाने हा परकीपरकीपणा आता गेला आहे; पण त्या वेळी काही वर्षे जो परकीपरकीपणा आमच्यामध्ये आला, त्याच्यामुळे मनाची जी ओढाताण व्हायची आणि वागणे जे विसंगत रीतीचे– कधी प्रेमाचे तर कधी अनास्थेचे, कधी सलगीचे तर कधी तुटकपणाचे, व्हायचे– त्याची कल्पनाच वाचकांनी करावी. वर्णन कसे आणि किती करू ? एकदा ज्याच्याशी

अगदी जवळच्या नात्याने वागलो त्याच्याशी लांबच्या नात्याप्रमाणे वागावे लागणे हे हृदयाला फारच जाचक होते; पण असले प्रसंग या संसारात येतात म्हणूनच तो पुष्कळ वेळा कष्टप्रद होतो.

या शेवटच्या वाक्यावरून अशी कोणी समजूत करून घेऊ नये, की मी त्या काळी मोठी दु:खीकष्टी होत्ये. मुळीच नाही. उलट मी आनंदात आणि आपल्याच व आपल्या पतीच्या नादात होत्ये. सासरचे वळण घरच्यापेक्षा अगदी वेगळे, पण ते मला जाचक झाले नाही; कारण तेच अधिक चांगले असे मला वाटायचे. मामंजींची शिस्त ग्रंथकाराने मागे वर्णन केलीच आहे. कुटुंब काही मोठे नव्हते; पण जेवणाची वेळ झाली म्हणून सूचना देण्याकरिता बोर्डिंगातल्याप्रमाणे घंटा व्हायची. वेळेवर कोणी आले नाही, तर कोणी कोणाला थांबायचे नाही असा कायदा. मला शाळेत जायचे असे; म्हणून मलाही पहिल्या पंगतीला बसावे लागे. पहिल्यापहिल्यांदा मी मामंजींना किंवा 'त्यां'ना उशीर झाला तर जेवायला बसत नसे; पण ते मग रागवायचे. उगाच वेळ का दवडायचा, ज्याने त्याने आपले उरकून घ्यावे, म्हणजे मागाहून येणाऱ्यालाही अवघड वाटत नाही अशी त्यांची विचारसरणी. प्रथम मला आधी जेवायला बसणे कसेसेच वाटे, पण पुढे निर्ढावले आणि आता आपले मत सांगायचे म्हणजे कोणी कोणाला फारसे थांबू नये हीच रीत चांगली असे मला वाटते. 'मत' असे आहे; पण मन अजून लहानपणचेच, माहेरी असताना जसे होते तसेच आहे बहुतेक. जेवण्याच्या बाबतीत तसेच इतर बाबतीत. एकाची चूक किंवा एकाचा आळस आणि दुसऱ्याला त्रास असे आमच्याकडे व्हायचे नाही. माझे एकदा मी पुस्तक हरवले तेव्हा बरीक मामंजींनी अपवाद करून मला ते आणून दिले नाही तर आमच्या इथली रीत म्हणजे ज्याची चूक त्याने त्याचे प्रायश्चित भोगावे. आमच्या सासूबाईंना मात्र कोणताच नियम लागू नव्हता. कारण त्या म्हणजे अशा होत्या, की जुनी रीत त्यांनी फारशी कधी सोडलीच नाही, आणि कोणाची चूक असली तरी शिक्षा आपल्या त्याच भोगायच्या ! सुनेकरिता कोणती सासू शिक्षा भोगील ? पण बिचाऱ्या मला रागे भरू नये म्हणून खोटे देखील बोलायच्या आणि दोष आपला आहे म्हणून सांगावयाच्या ! त्यांची आठवण झाली म्हणजे अजून डोळ्यांतून पाणी येते. पूर्वीची ती माणसेच निराळी आणि अलीकडची आम्ही पापी माणसे निराळी, असे वाटते. मामंजी आणि 'ते' जेवताना सासूबाईंच्या या प्रवृत्तीची, त्यांच्या सोवळ्याओवळ्याची, उपासातापासांची चेष्टा करायचे आणि मी जरी साक्षात् केली नाही, तरी त्यांनी चेष्टा केल्यावर गालातल्या गालात हसून त्या चेष्टेतच भागीदार होत असे. पण सासूबाईंची योग्यता फार मोठी, असे त्या वेळीही मला वाटत असे आणि अजूनही अगदी आतले मन मला तसेच सांगते. पण विचाराच्या दृष्टीने पाहिले, म्हणजे त्यांचे ते वागणे चुकीचे वाटते. कोणाला उशीर झाला तर मला त्या

बसवायच्या जेवायला आधी, पण त्या म्हणून कधी आधी बसल्या नाहीत. मला सोवळेओवळे नव्हते, पण त्यांनी कधी ते सोडले नाही. त्यांचा स्वभाव इतका गरीब, की पतीलाच नव्हे, तर मुलाला देखील त्या भ्यायच्या 'कर्दनकाळ आहे तो; तिकडचीच प्रतिमा, त्याला हे खपायचे नाही' असे वाटून त्या बिचाऱ्या भिऊन असायच्या. मग मला किती भीति वाटत असेल याची कल्पनाच करावी !''

◆

देव पुन्हा सापडला

बाळू, रावबा, सुनंदा आता कॉलेजात गेले होते. सुनंदा घरचा गरीब, पण मॅट्रिकमध्ये एकंदर मार्कांची त्याची बेरीज पहिल्या नंबरची होती. गणितामध्ये २०० पैकी १८० होते व इंग्लिशमध्येही तो पहिला नंबर होता, म्हणून त्याला कॉलेजमध्ये स्कॉलरशिप मिळण्याची खात्री होती. स्कॉलरशिपहून अधिक पैसे विनायकराव देणार होते. त्या वेळेस डेक्कन कॉलेजमध्ये बेनसाहेब प्रिन्सिपॉल होते. प्रिन्सिपॉलसाहेबांचा व मुलांचा संबंध वर्गाच्या बाहेर फारच थोडा येई, पण वर्गात बेनसाहेबांचा 'तास' म्हणजे केवळ स्वर्गीय आनंद ! डेक्कन कॉलेजमधला दुसरा स्वर्गीय आनंद म्हणजे नदीवर 'बोटिंग' करण्याचा. तेथील डिबेटिंग सोसायटी वगैरे गोष्टी इतर कॉलेजांप्रमाणेच आहेत. फरक असला तर एवढाच, की डेक्कन कॉलेजमध्ये भाषणस्वातंत्र्य अधिक. एक दिवस सुनंदाने प्रिन्सिपॉलसाहेबांच्यासमक्ष 'इंग्लिश लोकांनी लुबाडीने राज्य मिळविले आहे, यांच्या विरुद्ध बंड करणे शक्य नाही म्हणून इष्ट नाही, परंतु पुढेमागे शक्य करता आल्यास इष्ट होईल' अशा प्रकारची विधाने केली. पण तीही तेथे पचली, इतरत्र पचणे कठीण असे वाटते. बेनने सुनंदाची हसत हसत टीका करून चांगली हजेरी घेतली व इंग्रजांशिवाय दुसऱ्या एकाद्याचे राज्य असते तर त्याला या भाषणाबद्दल फाशी दिले असते असे सांगितले व या राजद्रोहात्मक भाषणाबद्दल प्रायश्चित्त म्हणून 'याने हिंदुस्थानचा भूगोल व हिंदुस्थानचा इतिहास या विषयांचा अधिक मार्मिक अभ्यास करावा अशी मी शिक्षा फर्मावितो' असे विनोदी रीतीने सांगून प्रकरण तेथल्या तेथेच जिरविले अशी एक दंतकथा आहे.

हे प्रकरण जिरले, पण सुनंदा ही व्यक्ति विलक्षणच. 'इंटर' मध्ये गेल्यावर दुसरेच एक प्रकरण त्याच्या पाठीमागे लागले. बंगाल्यातील बारिसाल येथील बॉबप्रकरणाचे काही धागे महाराष्ट्रापर्यंत पोचले व त्यातला एक धागा सोनगावातल्या सुनंदाच्या अंगाशी येऊन भिडला. एक पिस्तुल सोनगावाला आले आहे आणि तेथील ज्वलजहाल तरुण सुनंदा याजवळ ते आहे असा पोलिसांना पत्ता लागला. पोलिसांनी सुनंदाला डेक्कन कॉलेजमध्ये पकडण्याचा प्रयत्न केला, पण बेनसाहेबाने

त्यांची डाळ शिजू दिली नाही. ''या आवारात माझ्याशिवाय कोणी धनी नाही व पुराव्याशिवाय माझ्या मुलांपैकी कोणालाही मी धरू देणार नाही.'' असे त्याने सांगितले असे म्हणतात.

हे खरे असो किंवा खोटे असो, सुनंदा डेक्कन कॉलेजात राहात होता तेथपर्यंत काही धरला गेला नाही. पण मे महिन्याच्या सुट्टीत जेव्हा तो घरी गेला, तेव्हा मौज अशी आली, की गिरिधररावांकडे ही सगळी मंडळी होती. सुशीला हापूसचे पिके आंबे फोडून देत होती व राजकारणावर गिरिधररावांचा व सुनंदाचा वाद चालला होता. ''सरकारने तुम्हाला पकडले तर काय करणार तुम्ही ज्वलज्जहाल लोक ?'' असे गिरिधररावांनी नुकतेच म्हटले होते व नाशिकच्या खटल्याचा उल्लेख करून आपले लोक कसे नालायक आहेत हे ते सिद्ध करून दाखवीत होते. सुनंदा म्हणत होता की, ''नाशिकचा बार आधी फुटला म्हणून सगळी घाण झाली, नाहीतर सावरकर म्हणजे अलौकिक व्यक्ति आहे ! बंडे पुष्कळदा फसायचीच, पण शेवटी एखादे यशस्वी होतेच, त्याला मग बंड म्हणत नाहीत, तर राज्यक्रांती म्हणतात, एवढंच...'' इत्यादी इत्यादी वाद मोठा रंगात आला असता काळ्या डगल्याच्या पोलिसांची एक तुकडी गिरिधररावांकडे आली व त्यातल्या हवालदाराने गिरिधररावांना सलाम करून सुनंदावरचे वॉरंट दाखविले. पोलिसांच्या अटकेत जाण्यापूर्वी सुनंदा जणू काय सहज सुशीलेच्या कानाशी लागला व मग ती तेथून हळूच पाय काढून निघून गेली आणि सुनंदाने दागिन्यांचे म्हणून तिच्याजवळ ठेवून दिलेले एक लहानसे गाठोडे तिने आपल्या गादीखाली झटकन लपवून ठेविले. इतक्यांत शिपाई तिच्या पाठोपाठ आलाच व 'तुम्ही इकडे का आलात, असं यायचं नसतं ?' असे रागाने बोलून झडतीने वॉरंट नव्हते, तरी तिच्या खोलीची ते झडती घेऊ लागले. ट्रंका, फडताळे झाडून सारी तपासली. तिचीही एका बाईकडून झडती घेण्यांत आली, पण पोलिसांना कोठेही काही आढळले नाही व ते शिकार साधली नाही म्हणून नाखूष झाले.

सुशीलेला मात्र ती रात्र प्रथम तरी अत्यंत दु:खाची झाली. पोलिस फसले, पण मनाला कसे फसविणार ? सुनंदाने दिलेल्या गाठोड्यात काय होते हे तिला प्रथम ठाऊक नव्हते. पण गादीखाली लपवून ठेव म्हणून जेव्हा त्याने तिच्या कानात सांगितले, तेव्हा त्यांत काय आहे हेही तिला त्याने सांगितले. ''मला वाचवावयाचे असेल आणि देशाचे हित साधवयाचे असेल तर या वेळी मदत कर आणि कसेही करून तो डबा लपव' असे सुनंदाचे त्या वेळचे शब्द होते. तिला थोडाबहुत देशाभिमान होता, काही दिवस स्वदेशीच साखर खावयाची, स्वदेशीच कापड वापरावयाचे, अशा प्रकारचा नियम तिने पाळलाही होता, पण असल्या फंदात आपण पडावे किंवा नाही याबद्दल तिला क्षणभर संशय पडला. परंतु लगेच

देशाभिमानाने थोडीशी उचल खाल्ली व खरे सांगावयाचे, म्हणजे सुनंदाबद्दलच्या लहानपणापासूनच्या प्रेमाने अधिक उचल खाल्ली आणि तिचा एकदम निश्चय होऊन तिने ते पिस्तुल त्या वेळी सुचलेल्या स्थळी, म्हणजे गादीखाली लपवून ठेविले. झडती होईपर्यंत काय होते, काय नाही, या विचारापुढे दुसऱ्या विचारांना जोर करण्याला फारसा अवकाशच नव्हता, पण झडती गेल्यावर मात्र तिचे मन तिला खाऊ लागले. आपण जी गोष्ट केली ती चांगली का, असे तिचे मन तिला एकसारखे विचारू लागले आणि तिला काही चैन पडू देईना. पतीला हे गुपित सांगावे का नाही याबद्दलही तिचा निश्चय होईना व त्या रात्री काही तास तिला नरकयातनांप्रमाणेच यातना झाल्या.

आणि तिच्या पतीने जेव्हा बराच वेळ अंथरूणावर तळमळून एकदम निश्चय झाल्यासारखे करून तिला ''सुशीले, सुनंदाच्या कानाशी तू कुजबूज करतेस हे मला काही आवडत नाही, तुझे प्रेम त्याच्यावर आहे हे मला ठाऊक आहे, पण माझ्या देखत तरी असल्या गोष्टी करू नकोस,'' असे जेव्हा म्हटले, तेव्हा तर तिला साक्षात् नरकयातनांचाच अनुभव येऊ लागला. काय बोलावे आणि काय करावे हे न सुचल्यामुळे ती रडू लागली. हे पाहून पतीचे मन द्रवू लागले व ''मी तुला उगीच बोललो. पुरुषाचं मन संशयी असतं, तू रागावू नकोस,'' असे-तसे तो बोलू लागला, पण त्याच वेळी दुर्दैवाने म्हणा किंवा सुदैवाने म्हणा, गादी एके ठिकाणी एकसारखी खुपते आहे का, असा विचार येऊन त्याने अखेर काय असेल ते काढून टाकण्याकरिता कंदील हातांत घेतला व गादी तपासून पाहू लागला आणि अखेर डब्यात लपवून ठेविलेल्या एका पिस्तुलाचे सगळे गुह्य बाहेर पडलेच !

''माझ्या अपरोक्ष तू असल्यास फंदात पडतेस हे चांगले नाही.'' तिचे पतिराज म्हणाले व काही वेळ काहीएक न बोलता स्वस्थ पडून राहिले. कालांतराने ते म्हणाले, ''सुशीले, सुनंदाला मी लहानपणापासून ओळखता आहे व तो असल्या काहीतरी फंदात असावा असा मला संशयही येऊ लागला होता. पण तू यात सापडशील अशी मात्र कल्पनाही नव्हती. त्याचं मी वैर करतो– त्याचा मला मत्सर वाटतो– असा पुष्कळांचा माझ्यावर आरोप आहे. पण वैर असतं तर आताच्या आता त्याचं नाव पोलिसांना सांगून त्याचा काटा मी काढून टाकला असता. पण मी इतका नीच नाही.''

''मी कधी आपल्याला असं म्हटलं आहे का ? लोक काही का म्हणे ना, मी मनात तरी आणलं आहे का असं ?'' सुशीला म्हणाली.

''मनातलं कोण कसं जाणणार ?''

''सगळं जाणता येतं !'' सुशीलेने लगेच उत्तर दिले. ''माझ्या मनांत सुनंदरावांबद्दल प्रेम आहे असं मघाशी जे बोलणं झालं, ते कसं मग ?''

"मला पकडलंस खरं तू आणि खरं सांगू तुला? मी तुझं मत ओळखतो – तू खरोखर साध्वी आहेस, पण तुला व्यवहार समजत नाही. सुनंदाही सज्जन आहे, तो हुशार आहे हे युनिव्हर्सिटीनेच जाहीर केलं आहे पण तुझ्यासारखाच तो व्यवहारांत लहान मुलासारखा आहे. बाळू आणि तो यांच्यावर लहानपणापासूनच तुझं प्रेम आहे हे मला न समजण्याला मी काय दुधखुळा आहे? पण तू पतिव्रता आहेस, हेही मी जाणतो आहे. तुझी योग्यता मला यायची नाही. जगात देव नाही असं मी वारंवार म्हणते आणि कॉलेजच्या डिबेटिंग सोसायटीमध्ये मी हे उघडपणे बोलूनही दाखवलं, पण जगात देव नसला तरी एक 'देवी' आहे असं मी केव्हाही म्हणण्याला तयार आहे. पण या देवीनं लौकिक व्यवहारांत मात्र माझ्या तंत्रानं चालावं अशी माझी इच्छा आहे. कारण लौकिक व्यवहार मला तिच्यापेक्षा अधिक समजतो असं मला वाटते; निदान असा मला भ्रम आहे. तेव्हा आता तू असं कर, की उठल्याबरोबर सुनंदाकडे निरोप पाठवून हे सगळं त्याला घेऊन जायला सांग आणि पुन्हा असल्या फंदात पडू नकोस. सुनंदाला म्हणावं, आम्ही मॉडरेट लोक बाँबच्या विरुद्ध असलो तरी आम्ही माणुसकी काही सोडलेली नाही आणि आयत्या वेळेस आम्हीच उपयोगी पडू समजलं?"

"देवानंच वाचवलं म्हणायचं! मला वाटलं होतं, की आता काय होणार आणि काय नाही!"

"आमच्या कुटुंबात इतकी वर्षं राहून अजून देव तू मानतेसच म्हणायची! तुझी तर नेहमी तक्रार चालायची, की 'या कुटुंबात आल्यापासून माझा देव हरवला."

"इतके दिवस देव खरंच हरवला होता, पण आज आताच मला तो सापडला! इतके दिवस तो जवळ असून मी पुरतेपणी ओळखला नाही म्हणून देवानं कोप मात्र करू नये!"

"केला असता कोप देवानं, पण देवीच्या पुढं काय करतो?"

◆

क्रममार्ग का क्रान्तिमार्ग

बाळू व रावबा यांचा बी. ए. चा निकाल नुकताच लागला होता व रावबा तिसऱ्या वर्गात आणि बाळू फर्स्ट क्लासात, असे ते पास झाले होते. बाळूला डेक्कन कॉलेजमध्ये फेलोशिप मिळणार हे ठरलेच होते व रावबा एल्. एल्. बी. चा अभयास करणार होता. सुनंदा नुकताच जेलमधून सुटून आला होता. कारण पिस्तुलाचा अखेर पोलिसांचा शोध लागला होता व खटला होऊन जो प्रकार व्हायचा तो झालाच होता. जेलमधून सुटून आल्यावर सुनंदाशी कोणी बोलण्यास देखील तयार नव्हते. पण गिरिधररावांनी आपण होऊन त्याला आज चहा पिण्यास बोलाविले होते. त्यांना ज्वलज्जहालपणा अगदी आवडत नसला तरी सुनंदावर त्यांचे आपला शिष्य म्हणून फार प्रेम होते. बाळूलाही या प्रसंगी बोलाविले होते व सुनंदाच्या आगमनाची मंडळी वाट पाहात होती.

"तू, बाळू, फर्स्ट क्लास आलास, पण सुनंदा जर तुरुंगात गेला नसता तर तो फर्स्ट क्लास आला असता! पण आता 'इंटर' देखील पास नाही आणि नोकरी मागायला गेला तर दाराशी देखील कोणी उभं करणार नाही."

"ते नोकरी कशाला पाहाताहेत ! त्यांचा नोकरी करण्याचा केव्हाच विचार नव्हता." सुशीला तेथेच 'ज्ञानप्रकाश' चाळीत बसली होती ती म्हणाली.

"Nosense! नोकरीशिवाय चालेल कसे त्याचं? काय श्रीमंती आहे का काय आहे? तुरुंगात जायच्या आधी लग्न करून बसलेला. पुन्हा असल्या फंदांत पडायचं, तर लग्न करावं कशाला?"

"लग्न करायच्या वेळेस पुढचं सगळं भविष्य दिसतं का?" रावबा म्हणाला व आपल्या पत्नीकडे साभिप्राय मुद्रेनं पाहू लागला. "मला कुठं भविष्य कळलं होतं, की आमच्या घरात आमच्या नास्तिक्यावरती ताण होईल!"

"ती नास्तिक नाही आहे." सुशीलेचे श्वशुर म्हणाले. "ती स्पेन्सरप्रमाणं अणि माझ्याप्रमाणं अज्ञेयवादी आहे. तू मात्र नास्तिक आहेस खरा."

"माझ्यापेक्षा ताण आहे, पण मी कशाला कोणाबद्दल मन कलुषित करू?

तुमच्याशी ती बोलत नाही म्हणून तुम्हाला आपली...''

"अरे, बोलायला कशाला पाहिजे ! नास्तिक मनुष्य निराळंच असतं !'' गिरिधररावांनी उत्तर दिले व विषय बदलण्याकरिता "अजून का येत नाही हा सुनंदा !'' असे म्हणून खिडकीतून रस्त्याकडे पाहू लागले. पाहू लागल्यावर क्षणार्धातच सुनंदा त्याच्या नजरेस पडला व 'होता तसा आहे अजून' असे उद्गार त्या सामान्यत: कठोर असलेल्या, पण सुनंदाविषयी कोमलभाव धारण करणाऱ्या गुरूच्या तोंडून एकदम बाहेर पडले.

सुनंदा माडी चढून वर आला व पुष्कळ दिवसांनी व महत्त्वाच्या प्रसंगानंतरची पहिलीच भेट म्हणून त्याने आपल्या गुरुच्या चरणांवर डोके ठेवले व उपरण्याने घाम व डोळे पूसुन एका जागेवर जाऊन बसला. "अरे, पाय कसले धरता या नवीन युगात ? आम्ही काय पूर्वीच्या काळातल्या गुरूंसारखे गुरू आहोत, तर तुम्ही आमचे पाय धरावेत ? या चाली आता सोडून दिल्या पाहिजेत. बाकी हे सगळे आपोआपच होत आहे म्हणा ! जगात, स्पेन्सर म्हणतो त्याप्रमाणं, परिस्थितीला adjustment होतेच आहे ! ते जाऊ दे रे ! तुझी प्रकृती कशी आहे ?''

त्यांनी, रावबाने व सुशीलेने (बाळूने आधीच सर्व गोष्टी विचारलेल्या होत्या) खटल्यासंबंधी, तुरुंगासंबंधी वगैरे हरतऱ्हेची चौकशी केली व सुनंदानेही सर्व गोष्टी होत्या तशा सांगितल्या, आपल्या चुकाही प्रांजलपणे कबूल केल्या !

"देशात विशेष जोर नाही, विशेष कळकळ असणारे लोक थोडे, स्वार्थत्याग बेताचाच, अशा स्थितीत आम्ही जो मार्ग स्वीकारला तो साफ चुकीचा होता.'' तो म्हणाला. "पण प्रयत्न केला याबद्दल मला मुळीच वाईट वाटत नाही. यापासून योग्य तो धडा घेतला नाही तर मात्र मला वाईट वाटेल.''

"योग्य तो धडा कोणता ?'' सुशीलेने चहाची किटली आणली होती, ती हातात घेऊन कपात चहा ओतण्यापूर्वी त्याच्याकडे पाहून विचारले.

"तो धडा असा, की या मार्गात काही अर्थ नाही असं ओळखून दुसरा मार्ग शोधण्याच्या उद्योगास लागणं.''

"अरे, पण मी तुम्हाला हे पूर्वीपासूनच सांगत नव्हतो का ?'' गिरिधरराव आत्मप्रौढीची ज्यात थोडीशी झाक आहे अशा स्वराने म्हणाले. "केव्हाही काय, स्पेन्सर म्हणतो त्याप्रमाणे Evolution च्या मार्गाने गेले पाहिजे, Revolution चा मार्ग फुकट आहे.''

"नेहमीच हे तत्त्व बरोबर आहे असं मी अजून नाही कबूल करणार,'' सुनंदा म्हणाला. "पण सध्याच्या आमच्या स्थितीत ते बरोबर आहे हे मी कबूल करतो.''

"सुंभ जळलं तरी पीळ जात नाही.'' सुशीला मध्येच म्हणाली व गालांतल्या गालांत हसू लागली.

"पीळ नसला तर मनुष्यांत मनुष्यत्व काय राहिलं ?'' सुनंदाने उत्तरादाखल

म्हटले व चहाचा घोट घेतला.

''क्रांतिमार्ग क्रममार्गापेक्षा नेहमीच वाईट असतो असं नाही, पण बहुधा तो वाईट असतो.'' बाळूने मध्येच म्हटले. ''पण क्रममार्गानं जावं म्हणावं, तर त्यांत दोष असा आहे की, मार्गाचं अंतिम गाठण्याला परमावधीचा वेळ लागतो आणि ते कधीकाळी गाठलं जाईल का नाही याबद्दलही संशय वाटू लागतो आणि त्या मार्गाने जाताना उत्साह, धाडस, पराक्रम, कल्पकता, स्वार्थत्याग या गुणांना फारसा अवकाश मिळत नाही.''

''ग्रॅज्युएट होऊन अजून तू देखील या भ्रमांत आहेसच म्हणायचा !'' गिरिधरराव म्हणाले. ''अरे, सामाजिक कार्ये करताना उत्साह, धाडस, पराक्रम, कल्पकता, या गुणांना अवकाश मुळीच नाही असं म्हणतोस तरी कसा ? बरं, ते राहू द्या. तुमच्या या पिस्तुलवाल्या लोकांनी काय काय पराक्रम केले ते तर सांग एकदा ! तुमच्या त्या रामदासी विनायकबोवांना पोलिसांनी एकच थोबाडीत लगावल्याबरोबर त्यांनी सुनंदाचं नाव सांगितलं हा काय त्यांनी मोठा पराक्रम केला ?''

''थोबाडीत 'लगावल्या'बरोबर नाही 'लगावू का' असं म्हटल्याबरोबर गृहस्थानं माझं नाव सांगितलं आणि मला १॥ वर्षाची सजा भोगावी लागली.'' सुनंदा म्हणाला. आमच्या खटल्यात सापडलेल्या व न सापडलेल्या लोकांच्या एकेक मजा सांगू लागलो, तर एक दिवस पुरायचा नाही. पोलिसांच्या आणि त्यांच्या ऑफिसरांच्याही अशाच मौजा आहेत, पण त्या आता नकोत.''

''बरं, आता तू काय करणार ?'' गिरिधररावांनी विचारले. ''बायकोचं, आईचं आणि तुझं पोट तर भरलं पाहिजे ? आईचं कसं आहे तुझ्या ? ताप येत आहे असं ऐकतो!''

''ताप नाही आता, पण अशक्तता फार आलेली आहे. माझ्या कैदेमुळे तिची कंबरच खचून गेली आहे.''

''मग पुढचा बेत काय आहे तुझा ? तुला आता सरकारी नोकरी तर मिळायची नाहीच, पण मुंबईस एखाद्या व्यापाऱ्याकडे मिळाली तर मिळू शकेल.''

''तसाच काही तरी बेत आहे. पण सध्या काहीच निश्चित करीत नाही आईने एकदोन जुने दागिने मोडले आहेत. त्यावर...''

''Don't talk of that. I cannot bear it.'' गिरिधरराव गहिवरून म्हणाले. ''तू असं कर, तुला जर काही पैसे लागले तर उसने म्हण, कर्जाऊ म्हण, फुकट म्हण, मी ते तुला देईन. तुझी माझी मतं भिन्न आहेत, पण तुझ्या मतांपेक्षा मी तुझ्या मनाकडे अधिक पाहतो. तुझी मतं तुला तुरुंगात नेतील, पण तुझं मन तुला स्वर्गात नेईल. पण हे बोलण्यांत काही अर्थ नाही. तुला केव्हाही मदत लागली म्हणजे मला भेट, शक्य असेल ते मी करीन.''

◆

स्वार्थभक्ति का सद्गुणभक्ती?

सुनंदराव व बळवंतराव एक वर्षानंतर आग्रा, हरिद्वार वगैरेकडे प्रवास करण्यास गेले असतां त्यांना सुशीलेकडून खाली दिलेलं पत्र आले. त्यांत एका अर्थी दुःखाची व एका अर्थी आनंदाची अशी एक बातमी होती. त्या पत्रावरून त्यांच्या मनांत देशाच्या सामाजिक व औद्योगिक उन्नतीसंबंधी अनेक विचार उत्पन्न होऊन त्यांची मने अस्वस्थ झाली. पत्र वाचून झाल्यावर वास्तविक त्यांचे संभाषण व्हावयाचे, पण त्या वेळीत तरी तसे काही न होता त्यांनी ते पत्र दोन–तीनदा वाचलं आणि काही थोडीबहुत उद्गारात्मक वाक्ये उच्चारून ते आपापल्या ठिकाणी त्या पत्राचा विचार करीत स्वस्थ बसले. ते पत्र असे –

श्री

सोनगाव

प्रिय मित्र बळवंतराव व सुनंदराव यांना सुशीलेचा नमस्कार विनंती विशेष,

आपण ताजमहाल पाहून संतुष्ट झालात आणि साध्या दगडापासून जशी सुंदर इमारत मनुष्याला निर्माण करता येते तशी सामान्य माणसांच्या समाजापासून त्याला सुंदर समाजमन्दिराची रचना करता येईल आणि सबंध विश्वाला आनंद देता येईल अशा प्रकारची कल्पना सुनंदरावांना तेथे सुचली आणि मग "मनुष्य मनात आणील तर समाजाची रचना कशी परस्परोपयोगी व अन्योन्य–सौंदर्यवर्धक होऊ शकेल." याबद्दल आपले वादविवाद झाले इत्यादी हकीगत आपण लिहिली ती कळली. हरिद्वारचे व तेथील गुरुकुलाचेही वर्णन फार मौजेचे वाटले. आम्ही उभयता आपलेबरोबर असतो, तर बरे झाले असते असे माझ्या मनात आले; पण त्यांना ते पटले नाही. त्यांचं म्हणणं असं, की हरतऱ्हेच्या गोष्टींचा निष्फळ शाब्दीक काथ्याकूट करीत बसण्यापेक्षा किंवा निरनिराळी स्थानं पाहात बसण्यापेक्षा मनुष्याने उद्योगाला लागावं. देशाची उन्नति करावयाची असल्यास हरिद्वारादि तीर्थें पाहण्यापेक्षा कसला तरी कारखाना काढावा व तो चालवून दाखवावा किंवा निदान त्यात काम करून

देशाच्या संपत्तीत भर घालावी. मला तुम्ही करता हेही चांगलं वाटतं आणि ते म्हणतात तेही एका अर्थी खरं वाटतं !

पण मला हे सांगायचे नाही. सांगायची आनंदाची गोष्टी अशी, की आम्ही उभयता एका महासंकटांतून वाचलो. आमच्या साबणाच्या कारखान्यातल्या आणि भाताच्या गिरणीतल्या लोकांनी मजुरी वाढविण्यात यावी म्हणून संप पुकारला होता व आमच्याइथे पड घेण्याची मुळीच सवय नसल्यामुळे आणि लोकांना न आवडणारी कठोर सत्ये सडेतोडपणे आणि काळवेळ न पाहता सांगण्याची सवय असल्यामुळे लोक अखेर बिथरले, संतापले आणि रागाच्या भरांत त्यांनी कारखान्याला आणि गिरणीला आग लावून दिली. माझ्या मध्यस्थीने कारखान्यातल्या संपत्तीत गिरणीतल्या बायकांना मजुरी थोडी वाढली होती. कोंडा, धुण्याचा साबण, वगैरे किरकोळ गोष्टी त्यांना थोड्याबहुत फुकट देण्यात येत असत आणि दुसऱ्याही काही सोयी करण्यात आल्या होत्या; म्हणून मजूर बाया काही त्या संपात सामील झाल्या नव्हत्या. त्यांच्याशी बोलण्याकरिता म्हणून मी दुपारचा चहा वगैरे आटपून कारखान्यात गेल्ये होत्ये. मागाहून 'ते' आले. ते आल्यावर भाताच्या गिरणीत बसलेल्या मजूरबायांबरोबर बोलण्याचे सोडून मी निर्मनुष्य झालेल्या साबणाच्या कारखान्यात आल्ये व एका खोलीत आम्ही बोलत बसलो. ते आत एकटेच आहेत या समजुतीने काही दुष्ट मजुरांनी कारखान्याला चारपांच ठिकाणी आगी लावल्या व बाहेरचे दरवाजे बंद करून मौज पाहात बसले ! तीनचार मिनिटातच आम्हांला आग लागल्याचे कळले; पण इलाज काय ? चहूंकडून भडका झालेला बाहेर जाण्यास मार्ग नाही, काय करावे हे सुचेना. मी कावरीबावरी झाल्ये, रडू लागल्ये, ओरडू लागल्यें, पण ते अगदी शांत होते ! त्यांनी निरनिराळ्या मार्गांनी मला घेऊन जाण्याचा प्रयत्न केला, पण व्यर्थ ! अखेर ते मधल्या विस्तीर्ण चौकात उघड्यावर अगदी मध्यावर उभे राहिले व "रडून का आग विझणार आहे ! मरण आता बहुधा चुकत नाही. मूर्ख लोकांशी गांठ पडली म्हणजे असेच प्रकार व्हायचे. शान्तपणे मध्येच उभे राहिलो, तर कदाचित् आग विझून आपण थोडेबहुत जिवंत राहिलो तर राहू." असे सांगू लागले. त्यांचे ते धैर्य पाहून मला ते खरोखरच देव वाटू लागले ! पण माझे रडणे-ओरडणे कोठले थांबायला ? आणि तेही एका अर्थी बरे झाले. कारण त्यामुळे मी तेथे आहे हे काही मजुरांना कळले आणि ते मग ताबडतोब एक दार फोडून आगीच्या भडक्यात मला वाचविण्याकरिता आले आणि मी त्यांना घट्ट धरून राहिल्यामुळे त्यांना व मला त्यांनी उचलून नेऊन बाहेर काढले. मला सोडविण्यात आलेल्यांपैकी एकाचा प्राण गेला आणि दोघे तिघे चांगलेच होरपळून निघाले ! अशी ही चमत्कारिक ईश्वरयोजना आहे !

'आपण नुसत्या पैशांकडे पाहता म्हणून लोक विरुद्ध आहेत. थोडीशी मजुरी

वाढविली तर काय बरं होईल?' असे मी त्यांना म्हणत्ये, पण ते ऐकत नाहीत. मजुरी वाढविली तर फायदा होणार नाही; इतकेच नव्हे, तर तोटा होईल असं ते म्हणतात आणि 'या बाबतीत तुला काही कळत नाही, तू बोलू नकोस' असे म्हणतात. 'तुला पाहिजे तर हिशेबाच्या वह्या दाखवितो, तोटा होईल का नाही ते तूच सांग' असं मला ते म्हणतात. पण मी काही वह्याबिह्या पाहात नाही; मला त्याचं खरं वाटतं. पण मजुरांचीही स्थिति पाहावत नाही !' मजुरांना समजावून सांगाव्यात या गोष्टी म्हणजे ते चिडणार नाहीत' असे मी म्हटले म्हणजे म्हणतात की, 'मजुरांना आपले खरे हित समजत नाही, त्याचं हित मला समजतं, आणि मी हे उद्योग त्यांच्याकरिता काढिले आहेत' असे ते म्हणतात. 'देशाची औद्योगिक उन्नति झाली पाहिजे, उगीच सरकारच्या नावाने खडे फोडण्यांत आणि व्याख्याने झोडण्यात अर्थ नाही' अशा प्रकारची त्यांची मते आहेत हे तुम्हाला ठाऊकच आहे. 'मजुरांना समजावून सांगाव्यात या गोष्टी म्हणजे ते चिडणार नाहीत' असे मी म्हटले म्हणजे म्हणतात की, 'मजुरांना काही एक समजत नाही; त्यांना क्षुद्र आणि तात्कालिक फायदा तेवढा दिसतो.'

'असं कसं म्हणता? मला वाचविण्याकरिता त्यांनी आपला जीव धोक्यात नाही का घातला?' मी म्हटले, तर त्यांचे उत्तर असे की, 'तू बायकांची मजुरी वाढवून दिलीस म्हणून तुझ्यावर त्यांची भक्ति; दुसरं काही.' मी म्हणत्ये, की 'तसं नाही. त्यांना देखील गोड बोललं, घरची विचारपूस केली,सुखासमाधानाच्या गोष्टी सांगितल्या, म्हणजे त्यांना देखील बरं वाटतं. ती तरी माणसंच आहेत. त्यांना उपकार केलेला समजतो. त्यांना उपकार समजत नसता तर त्यांनी काही माझ्याकरिता जीव धोक्यात घातला नसता.'

'त्यांना उपकार समजतो हे मी कबूल करतो' ते म्हणतात, 'पण ते मूर्ख अज्ञानी आहेत, त्यांना स्वहित कळत नाही आणि ज्यांना कळत आहे त्यांच्यावर त्यांचा विश्वास नाही. त्यांच्या म्हणण्याप्रमाणे मी जर मजुरी देऊ लागलो, तर एक दोन वर्षातच मला कारखाना आणि गिरणी बंद करून दिवाळं काढावं लागेल आणि त्यांना मग आता मिळते आहे ती तरी मजुरी कशी मिळणार ? मला त्यांचं हित समजत आहे. आणि माझ्या मताप्रमाणंच मी वागणार. या मूर्खांना क्षुद्र आणि तात्पुरता फायदा दिसतो, पुढचं मागचं काही दिसत नाही आणि त्यांचा कैवार घेणारी जी तू, त्या तुलाही काही कळत नाही !'

त्यांचं हे म्हणणं मला खरं वाटतं, कारण त्यांना माझ्यापेक्षा खरोखरीच व्यवहारज्ञान अधिक आहे; मला 'अर्थशास्त्र' वगैरे जे ते शब्द बोलतात त्यांचा अर्थही कळत नाही. त्यांचा आणि माझा वेळ कसा जातो वगैरे गोष्टी कळाव्यात म्हणून हे लांबलचक पत्र लिहिलं आहे. आपलीही येतात तशीच यावीत. त्यांना फार आवडतात.

आपणाला ते Sentimentalists (भावनाप्रधान) म्हणतात; पण आदर फार आहे, असो. गाठी पडल्यावर आगीची वगैरे हकीगत सविस्तर सांगेन. आपणही आपल्या प्रवासाची हकीगत सांगालच. कळावे.

आपली बालमैत्रिण
सुशीला
◆

पती देखील मातीच

'सांगू नये पण सांगितले पाहिजे– दिवसेंदिवस तिकडची वृत्ति चमत्कारिक झाली, आणि भलते भलते नाद लागले. माझ्यावरचे प्रेम कमी झाले असे नाही, उलट ते अधिकच होत गेले; पण पुरुषांचे मनच तसे असते म्हणा, नाही तर दुसरे काही म्हणा, बाहेरचा नाद लागला. काही दिवस मला ही गोष्ट समजली नाही; पण समजल्याशिवाय ती किती दिवस राहाणार ? मी पुष्कळ सांगून पाहिले, पण काही उपयोग झाला नाही. आणि कळस केव्हा झाला, तर जेव्हा मी एक दिवस खूप रागावले तेव्हा असे म्हणणे झाले, की 'तुझं काय जातं मी काही केलं तरी ? तुझं सुख काही कमी झालं काय ? तुझ्यावरचं माझं प्रेम कमी झालंय, का ? मग माझ्या स्वतःच्या सुखाच्या आड तू कां येतेस ?'

'सुखाच्या पलीकडे मनुष्याला दुसरं काही नाही ?' मी रागारागाने म्हटले, पण माझा राग तर आला नाहीच; उलट किंचित हसून आणि कौतुकपूर्ण नजरेने माझ्याकडे पाहून म्हणणे झाले की, 'तुझा हा राग फारच मनोहर आहे; पण वाईट एवढंच वाटतं की तो भ्रममूलक आहे. खरंच सांग, सुखाशिवाय दुसरं काही आहे का जगात ?' मी काहीच बोलले नाही. तेव्हा म्हणायचे की, 'सुशीले, तुझी श्रद्धा मला प्राप्त होईल का ? लहानपणापासून अश्रद्धेवर, जीवनकलहाच्या तत्त्वावर आणि भौतिकशास्त्रांवर मी वाढलो आहे. माझ्या हृदयांतला कोमलतेचा आणि सात्विकतेचा झरा आटला आहे. 'सात्विकते'चा मला अर्थच कळत नाही; आणि 'कोमलता' म्हणजे तर मला मूर्खपणाचाच प्रकार वाटतो. सुखाशिवाय मला साध्य नाही. भौतिकशास्त्रांच्या नियमांशिवाय मला नियमन नाही. वस्तूंच्या गुणधर्मांव्यतिरिक्त मी धर्म जाणत नाही. जीवनकलहात टिकेल तो खरा, टिकणार नाही तो फुकट, हा माझा आद्य नीतिसिद्धान्त. परिस्थितीला अनुरूप वागणं हे माझं व्यावहारिक धोरण; आणि 'अनुरूप याचा अर्थ अधिकात अधिक सुख देणारं, आणि जीवनाच्या झगड्यात टिकाव धरण्याचं अधिक सामर्थ्य देणारं. अनुरूप याचा दुसरा तिसरा अर्थ मी जाणत नाही; पण तुझ्या रूपाकडे पाहून आणि तुझ्या शीलाकडे पाहून मी कुठेतरी

चुकतो आहे असं वाटतं. चूक कुठं आहे हे अजून समजत नाही. तर ती चूक सांग, म्हणजे मी तुझे उपकार जन्मोजन्मी विसरणार नाही. मला धर्म, नीति, सदगुण नको आहेत का ? पण माझा त्यांच्यावर आता विश्वासच बसत नाही, त्याला मी काय करू ? तुझा विश्वास आहे, फार चांगलं आहे. मला तुझा हेवा वाटतो आणि असं मनात येतं की, तुझे पाय धरावेत आणि तुला गुरू करावं. तुझ्या पायाचं तीर्थ घ्यावं इतकी तू पवित्र आहेस; पण तुझं हे पावित्र्य भ्रममूलक आहे असं वाटतं त्याला मी काय करणार ? माझं मन तू फिरव, मी तुझे खरोखर पाय धरीन आणि तीर्थ घेईन; पण आहे या मन:स्थितीत मी वागतो तसं वागू नको तर काय करू ?'

हे लहानसे व्याख्यान मी ऐकून घेतले, पण उत्तर काही दिले नाही. काय उत्तर देऊ ? वयाने, ज्ञानाने, अनुभवाने, अधिकाराने ते श्रेष्ठ, त्यांना मी काय सांगणार ? त्यांचे युक्तिवाद त्या वयात मला समजत होते हेच माझे भाग्य; ते खोडून काढणे कोठले साधायला ? अर्थात 'मौनं सर्वार्थसाधनम्' या तत्त्वाचाचा मी स्वाभाविकपणे अवलंब केला आणि दोन उसासे टाकून कपाळावर हात दिला आणि स्वस्थ बसले. अश्रुबिंदू माझ्या मदतीला धावले आणि त्यांचा त्यांच्या मनावर परिणाम तात्काल झाला. इतका, की खरोखरच ते माझे पाय धरू लागले– पण– तात्काल झालेला हा परिणाम तात्कालिकच होता, हे पुढच्या वर्तनावरून मला थोडक्या अवधीतच दिसून आले !

''त्यांचा बाहेरचा नाद आणि तो ज्याचा परिणाम होता असा त्यांचा तो जडवाद–किंवा निसर्गवाद– यांनी माझ्या मनाला जे जाड्य आणले ते लोकांच्या ध्यानात येणे फारसे शक्य नव्हते. मी पूर्वीप्रमाणे घरचे काम थोडेबहुत संभाळून हायस्कूलांत जातच होत्ये आणि सगळ्या गोष्टी जशा करायच्या तशाच करीत होत्ये. आईला, सासूबाईंना आणि वडिलांना मात्र मी काही पूर्वीची राहिले नाही, माझ्या मनात काही तरी गाठ आहे, काही तरी सलते आहे, असा संशय आला. त्यांनी निरनिराळ्या प्रसंगी मला तसे बोलूनही दाखविले आणि कारण विचारले; पण 'काही नाही, काही नाही' असे म्हणून मी खरे उत्तर देण्याचे टाळले. काय उत्तर देणार ? आपल्याच माणसाच्या असल्या गोष्टी आईजवळ देखील बोलणे कठिण आणि त्यात पुन्हा मला वाटायचे, की ते कसेही वागले तरी आपण आपले सगळ्यावर पांघरूण घातले पाहिजे. पण दिवसेंदिवस हे पांघरूण घालणे अशक्य होऊ लागले आणि माझे मनही त्यांच्याबद्दल विटू लागले.

कारणे सांगायला गेले तर अगदी क्षुल्लक; पण मनावर मोठा परिणाम करणारी. माझे श्वशुर अलीकडे फार आजारी पडले होते आणि त्यांनी आपल्या नोकरीचा राजीनामाही दिला होता. पैशांचा वगैरे विशेष प्रश्न नव्हता म्हणून हे सगळे

बरोबरच होते; पण म्हातारपणी आजारात त्यांना दुबळेपणा आणि दुसरे बाल्य आले, तेव्हा त्यांच्या चिरंजिवांनी त्यांना लहान मुलाप्रमाणेच वागविण्यास जेव्हा आरंभ केला आणि स्पेन्सरच्या 'स्वाभाविक शिक्षा' वडिलांना देण्याचा उपक्रम केला, तेव्हा मात्र मला काय वाटले हे सांगणेच कठिण आणि जेव्हा एक दिवस प्रत्यक्ष आपल्या आईवरही 'स्वाभाविक शिक्षे' चा प्रयोग झाला तेव्हा माझे मन इतके विटले, की त्या प्रकाराची मनाला खरोखरच ओकारी यायला लागली.

माझ्या मनाची स्थिती वर्णन केली मी, पण काय प्रकार झाले ते सांगितलेच नाहीत ! म्हटले तर सांगण्यासारखे पुष्कळ आहेत, पण एका अर्थी सांगण्यासारखे त्यांत काहीच नाही. माझ्या श्वशुरांचा वटवट लावण्याचा स्वभाव आणि स्पेन्सरसंबंधीचा नादिष्टपणा काही नवीन नव्हता; पण त्यात म्हातारपणाच्या भ्रमिष्टपणाची भर पडल्यामुळे वेळी अवेळी जो येईल त्याच्याशी स्पेन्सरविषयी वटवट करीत बसायचे; तेव्हा पुष्कळ वेळां चिरंजीव त्यांना दटावावयाचे आणि गप्प बसवायचे. हे काहीच नाही. कोणाला तरी सांगून टॉनिक आणि इतर औषधे आणण्याकरता वडिलांजवळ दिलेली दहा रुपयांची नोट त्यांनी एकदा हरवली, तेव्हा रागारागाने त्या दिवशीचे त्यांचे औषध न आणण्याची त्यांना 'स्वाभाविक शिक्षा' देण्यात आली ! हेही काहीच नाही; पण प्रत्यक्ष जन्मदात्या आणि लालनपोषण करणाऱ्या आईला उपासाच्या समानाकरितां दिलेली पावलीही तिने हरवली, म्हणून 'उपासाचे सामानच आज तुला मिळायचं नाही, तुला हीच शिक्षा पाहिजे' असे जेव्हा सांगण्यात आले आणि ते मी जेव्हां ऐकले–न ऐकून करावयाचे काय, कान तर फोडून घ्यायचे नाहीत !– तेव्हा माझ्या डोळ्यांत अश्रू आले आणि तोंडात मारल्याप्रमाणे मी अगदी ओशाळून गेले. सासूबाई फारसे काहीच बोलल्या नाहीत. फक्त एवढेच म्हणाल्या, "खरं आहे बाबा, मीच चुकल्ये, तुझं सगळं बरोबर आहे !" त्या असे म्हणाल्या आणि जपमाळ घेऊन देवघरात जाऊन रडत बसल्या. मी हळूच काहीतरी निमित्त काढून सासूबाईंकडे गेल्ये आणि पाय घट्ट धरून 'स्वभाव फार चमत्कारिक झाला आहे, क्षमा करा, मी काय करू असं करतात त्याला !' असे म्हटले. माझ्या उष्ण अश्रूंनी त्यांचे पाय भिजले आणि त्यांच्या डोळ्यांतले दोन–तीन थेंब माझ्या मानेवर पडले. 'ऊठ, बाई, क्षमा कसली करायची ! त्याला मी का शाप देणार आहे ? माझा त्याला केव्हाही आशीर्वादच आहे. माझ्या नशिबी जे आहे ते मला भोगलंच पाहिजे; त्याला तो काय करणार आणि तू तरी काय करणार ? माझं भोक्तृत्वच असं म्हणून त्याला अशी बुद्धि होते. तू नको वाईट वाटून घेऊ. माझं काय, थोडे दिवस राहिले आहेत; ते कसेही जातील. तुझं मात्र कठिण आहे. त्याचं अलीकडे काही लक्षण ठीक दिसत नाही. रात्री–अपरात्री येतो जातो काय, सगळं तुला ठाऊक आहे. तू समजूतदार म्हणून बोलत नाहीस; पण मला काही दिसत नाही का ? सगळं दिसतंय्, पण

करायचं काय ? आणि आता तर त्या सटवीला घरातच आणणार आहे म्हणे ! पुढचे दिवस कठिण आलेत एवढी गोष्ट खरी.' मी यावर काहीच बोलले नाही; काही वेळाने देवघरातून बाहेर पडल्ये आणि आपण जाऊन काही सांगावे म्हणून माडीवर गेल्ये. पाहिले तो डोकीवर टोपी घालून बाहेर यायला निघायचे होते. 'आईला फराळाचं आणून देतो, बिचारीला वाईट वाटलं असेल. 'I have a soft corner for, do you see!' हे ऐकल्यावर मला इतके बरे वाटले की, 'त्या सटवीला घरातच आणणार आहे म्हणे' या बातमीने जी मनात अस्वस्थता उत्पन्न झाली होती ती क्षणभर थांबली आणि मला क्षणभर वाटले की, 'वाटतं तेवढे काही वाईट नाहीत, बरं का ! हृदय कोमलच आहे, पण पुरुष म्हणून मनांत येईल ते लगेच बोलून टाकतात, झालं !' हा विचार क्षणभरच आला आणि मी त्यांच्याकडे आदरयुक्त प्रेमाने आणि कौतुकाने स्मितपूर्वक पाहू लागल्ये. 'जा–जा, भलतंच काही तरी करीन. तू आणि माझी आई दोघीजणी मोठ्या वाईट आहात.

You disturb my philosophy of life and action समजताहे का, मी काय म्हणतो आहे ते ? तुला काय समजणार आहे माझ्या मनातला कलह ? बाकी समजत नाही हेच चांगलं आहे. Ignorance is bliss.' असे म्हणून ते बाजारात निघून गेले. मी तेथेच फोटोकडे वगैरे शून्य दृष्टीने पाहात किती वेळ तरी उभी राहिल्ये. खाली येत्ये तो स्वारी दाणे, खजूर, केळी वगैरे खूप पदार्थ घेऊन आली होती.

"आमच्या घरात त्यांची ती लाडकाबाई राहाण्याला जेव्हा आली, तेव्हापासूनच माझे डोके फिरू लागले. पण करायचे काय ? तशीच राहिल्ये. त्यात पुन्हा काही दिवस गेलेले. माहेरी जावेसे वाटले; पण माहेरी जाऊन आईबापांना क्षणोक्षणी दुःखाची आठवण करून देण्यापेक्षा भोक्तृत्व असेल ते सासरीच भोगावे असे मी ठरविले आणि तशीच लोचटासारखी तेथे चिकटवून राहिल्ये. ते आपल्याकडून मला म्हणत की, 'तुझ्यावरती माझे प्रेम होते तसेच आहे' आणि खरे म्हटले म्हणजे होतेही तसे,– अर्थात थोडेसे कमी; पण प्रेम होते यात शंका नाही. माझ्याविषयी म्हणाल, तर मी सीता–सावित्री नव्हते आणि नाहीही. सीता–सावित्री आता मला ध्येयभूत राहिल्याही नाहीत. पण पातिव्रत्य अत्यंत पूज्य होते आणि ते किती जरी चुकत चालले तरी आपण आपला धर्म सोडू नये असे मला वाटत असे. सीता–सावित्रीपेक्षा आई आणि सासूबाई यांचेच उदाहरण मला डोळ्यांपुढे दिसायचे आणि या जशा वागल्या असल्या तसे आपण वागावे असे मला वाटत असे. पण आई–सासूबाई निराळ्या युगातल्या, मी निराळ्या युगातली, आणि माझ्यावरचा प्रसंगही अगदीच निराळ्या प्रकारचा. ती बया (नाव रुपाबाई, जातीने सोनरीण, रुपानेही

बेताचीच; पण म्हणतात ना, प्रेम आंधळे असते !) या रुपाबाई आल्यापासून घरी त्यांचे राज्य सुरू झाले. मामंजी अर्धांगवायू होऊन अंथरुणावर खिळलेले; सासूबाईंनी हाय घेतलेली आणि डोळे आधी मिटले तर बरे म्हणून मृत्यूजवळ आग्रहाची विनवणी चालविलेली; मी ओकांऱ्यांनी बेजार झालेली, काळज्यांनी काळवंडलेली आणि अतिविचारांनी दिङ्मूढ झालेली ! तिकडे तर काय, आपण आपल्या मतानुसार धैर्याने वागत आहोत, लोकमताला जुमानीत नाही, याची फुशारकी वाटत होती ! एल्‌एल्. बी. ची परीक्षा नुकतीच पास झाली होती आणि नशिबाने हात दिल्यामुळे पहिल्यापासून प्रॅक्टिस चांगली चालली होती. यौवनाचा भर, पैशाची टंचाई नाही,– अशा स्थितीत रुपाबाईंचे प्रस्थ न माजले तरच नवल !

एवढी गोष्टी खरी, की मी किती जरी पतिव्रता असल्ये, आणि किती जरी दिङ्मूढ झालेली असल्ये, तरी माझा स्वाभिमान अद्यापि गेलेला नव्हता. तिचे प्रस्थ सुरू झाले ते मी विशेष तक्रार न करता सुरू होऊ दिले; तिच्याकडे सारे लक्ष्य गेले, तिचे कौतुक होऊ लागले, हे सगळे मी सहन केले; पण हात धुऊन पाठीस लागलेले दैव या गोष्टी काय इथेच सोडणार आहे ? हळूहळू माझे स्वामित्व गेले; इतकेच नव्हे, तर माझ्याकडे दासीत्व येऊ लागले आणि हे मात्र मला सहन झाले नाही आणि एक दिवस घरांत चांगलीच खडाजंगी झाली. त्या वादळामुळे आणि गडगडटामुळे ते मोहनिद्रेतून थोडेसे जागे झाले आणि मग आमच्या डोळ्यांतून पर्जन्याचा वर्षाव होऊन दोघांची हृदयाकाशे काही दिवस बरीच स्वच्छ झाली. 'स्वच्छ झाली' हे अतिशयोक्तीचे असेल पण मला खरेच वाटू लागले, की यांचा काही दोष नाही, ते बिचारे मोहात सापडले आहेत. त्या बाईची मी दासी व्हावी अशी यांची काही इच्छा नाही. आणि खरोखरच त्यांची अशी इच्छा नव्हती. कारण रुपाबाईला रागारागाने समोर बोलावून आणून, असले प्रकार होता कामा नयेत, तिचे गुण निराळे, तुमचे गुण निराळे, असे–तसे पुष्कळ सांगितले, आणि त्याप्रमाणे काही दिवस एकंदर परिस्थिती बदलली देखील.

पण जो प्रखर उन्हाळा यावयाचा होता तो आलाच. त्याचे वर्णन काय करू ? शत्रूवर देखील असा प्रसंग येऊ नये. सीतेला भोगावा लागलेला वनवास तिला दुःखदायक झाला असेल, पण तसला वनवास मी स्वर्गवास मानला असता, कारण तिच्या पतीचे प्रेम अखंड आणि एकनिष्ठ होते आणि तिचा वनवास वनांत होता– माझा वनवास माझ्या घरात होता, आणि पतिप्रेम अढळ नव्हतेच नव्हेत. माझ्या घरात मी पाहुण्यासारखे नव्हे, तर चोरासारखे राहायचे; मृत्युशय्येवर पडलेल्या सासूसासऱ्यांचे हाल डोळ्यांनी पाहायचे, पतीच्या पैशाचीच नव्हे, तर अब्रूची हानि हरतऱ्हेने कशी होत आहे हे राजरोस ऐकायचे; पतीच्या मनाला कीड लागलेली पाहायची आणि आपण जवळ असून त्याच्याजवळ जाण्याचीही चोरी असायची,–

देवा, असला प्रसंग आणलासच, तर त्या स्त्रीला फार दिवस बुचकळ्यात न ठेविता आपली सुटका कशी करून घ्यावी याबद्दल निश्चिंत उपाय सुचव; निदान एवढे तरी कर, की कर्तव्य काय आणि अकर्तव्य काय याबद्दल तिचे मन संशयांत ठेवू नको. पतीच्या चरणांशी राहायचे, मग त्याने लाथा मारल्या तरी हरकत नाही, अशी श्रद्धा तुला प्रिय असल्यास तशी श्रद्धा तिच्या मनात उत्पन्न कर; किंवा असल्या पतीला ताळ्यावर आणण्याचा प्रयत्न यापुढे करण्यात अर्थ नाही; आपल्या आत्मा निराळा, त्याचा आत्मा निराळा, त्याने आपल्या जिवाची माती करून घेतली म्हणून आपणही आपल्या जिवाची माती करून घ्यावयाची हा शहाणपणा नाही, त्याने आपला नीतिमत्तेची होळी पेटविली म्हणून आपणही आपल्या नीतिमत्तेची आहुति त्या भडाग्नीत द्यावयाची नाही– अशा प्रकारची स्थिति कोणाच्याही नशिबी लिहू नको. कारण ती स्थिती म्हणजे शुद्ध नरक होय !

आणि या नरकातल्या सर्व यातना, सर्व सुखसोहाळे, मी भोगले. नरकयातना भोगायला सुद्धा भाग्य लागते ! सगळ्यांच्याच नशिबी हे भोग नसतात ! माझ्यासारखा ज्या थोड्या भाग्यवान् त्यांनाच हे सुख लाभते !''

◆

अखेर सुरेख ते सगळे सुरेख

प्रिय मित्र सुनंदा यास, त्याच्या बाळूचा साष्टांग नमस्कार विनंति विशेष. पत्र लिहिण्याचे निमित्तकारण असे, की १९२१ साली सरकार जी शिरगणति करील त्यात पूर्वी नसलेल्या निदान एका मुलीची व एका मुलाची तरी सरकारला गणति करावी लागेल अशी व्यवस्था अनुक्रमे माझ्या व तुझ्या पत्नीने केली आहे, बाळे-बाळंतिणी खुशाल आहेत. माझ्या पत्नीला दूषित ताप (Septic fever) येत आहे म्हणून ती जरा घाबरली आहे; पण काळजी करण्याचे कारण नाही असे डॉक्टर वरून तरी म्हणत आहेत. माझ्या पत्नीला मुलगी झाली म्हणून किंचित वाईट वाटत आहे; पण ती गोरी आहे आणि तुझा मुलगा काळा आहे ही गोष्ट तिला अगदीच असमाधानकारक नाही ! तुझ्या बायकोकडे तुझे लक्ष नाही; पण आंधळ्याच्या गाई देव राखतो या न्यायाने दैवी सद्‌गुण असलेल्या माझ्या पत्नीने तिला आपल्या घरी आणले आहे व त्या घराला बाळंतिणीच्या दवाखान्याचे स्वरूप आणले आहे ! कालान्तराने त्याचे रूपांतर वेड्यांच्या इस्पितळात न होवो म्हणजे मिळविली !

मला स्वत:ला मी मोठा शहाणा समजतो; पण आता वेड लागण्याची भीति वाटण्याचे कारण असे, की हल्लीचा काळ विलक्षण क्रान्तीचा दिसतो आहे ! महायुद्धाच्या धामधुमीत राष्ट्राराष्ट्रात ज्या क्रान्त्या होत आहेत त्या सोडून दिल्या, तरी आपल्या शेजारी- आपल्या ओळखीच्या व प्रेमाच्या माणसात परिस्थितीच्या व स्वभावाच्या विलक्षण क्रान्त्या होत आहेत आणि या क्रान्त्यांचे वर्णन करण्याकरिताच खरोखर हे पत्र मी लिहीत आहे. रावबाला आणि सुशीलेला जर तू आता पाहिलेस तर त्यांना तू ओळखशील का नाहीस अशी मला भीति वाटते; इतकी ती त्याच्या आईबापांच्या मृत्यूनंतर बदलली आहेत ! पूर्वीचा तो उंच, सुदृढ, उमदा व देखणा रावबा आता आजारी होऊन अस्थिपंजर झालेला आहे व सुशीलाही आता अशक्त आणि फिकी व पोक्त झालेली आहे, या अर्थाने मी त्यांच्यामध्ये क्रान्ति झाली आहे असे म्हणत नाही- या गोष्टी तुला माहीतच आहेत. त्यांच्या स्वभावामध्ये व परिस्थितीमध्ये मोठा फरक झालेला आहे (- व तो इष्ट आहे आणि म्हणूनच

थोड्याशा आनंदी व रंगेलवृत्तीने मी हे पत्र लिहित आहे–) हे मला सांगावयाचे आहे.

रावबाने आठ दिवसांपूर्वी मला निरोप पाठवून घरी बोलावून नेले आणि रूपाबाईला व तिच्या माणसांना बाहेर जाण्यास सांगून मला म्हटले, 'बाळ, तुझी नि सुनंदाची मरण्यापूर्वी मला क्षमा मागावयाची आहे. सुशीलेची पण क्षमा मागायची आहे. तर त्यांना लवकर आणण्याची व्यवस्था कर.'

'सुनंदा कलकत्त्यास गेला आहे; तो काही येऊ शकायचा नाही. पण सुशीलेला पाहिजे तर लोणावळ्याच्या शाळेच्या पत्त्यावर तार पाठवून इकडे येण्यास सांगतो.'

'तार पाठवून नाही यायची ती. तिचे मी इतके अपमान केले आहेत आणि इतकं तिला छळलं आहे, की ती आता तारेने आणि पत्राने यायची नाही. घरातून घालवून दिल्यावर कोण येईल ? तर स्वत: जा. लोणावळ्यास क्राइस्ट्स क्रॉस हायस्कूलच्या होस्टेलमध्ये ती राहाते, तिला समक्ष भेटून आग्रह करून घेऊन ये. तिला मी सांगतो ते सांग म्हणजे ती येईल. तिला मी असा मृत्युशय्येवर पडलो आहे असं सांग आणि म्हणावं–इकडे ये कानात सांगतो.....' कानात जे त्याने सांगितले ते ऐकून मी चकितच झालो आणि विशेष न बोलता 'काळजी करू नको, घेऊन येतो.' असे म्हणून त्याचा निरोप घेतला आणि चवथ्याच दिवशी तिला घेऊन आलो. आल्याबरोबर ती प्रथम पतीकडे गेली व पाय वगैरे चेपू लागून पतीची सेवा, जणू काही पूर्वी काहीच झाले नाही अशा रीतीने करू लागली व हे घटकाभर पाहिल्यानंतर मी आपल्या घरी गेलो.

दुसऱ्या दिवशी त्याने मला निरोप पाठवून संध्याकाळी ५ च्या सुमारास 'एक मौज पाहण्यास' बोलावले. सकाळी दुखणे बरेच अधिक झाले होते असे मी ऐकले होते आणि दुपारी हा असा निरोप! तेव्हा याचा मला काही अर्थच कळेना. कचेरीतले काम आटोपून मी परस्पर तिकडे जाऊन पाहतो, तो रावबा कण्हत आहे व सुशीला, रुपाबाई, एक डॉक्टर, रुपाबाईने आणलेला एक वकील व इतर काही मंडळी चिंताक्रांत बसलेली आहे. वकिलाच्या डाव्या हातात एक कागद व उजव्या हातात टाक होता. मला आलेला पाहून त्याने रुपाबाईकडे पाहिले व आता पुढे काय करावयाचे असे सूचक मुद्रेच्या द्वारे विचारले. तिने कागद सहीकरिता रावबापुढे करण्यास वकिलाला सुचविले व त्याने तो पुढे केला. रावबाने टाक घेऊन सही केली,–नव्हे, सही केल्यासारखे केले आणि एकदम अंगात संचार झाल्यासारखे करून त्याने तो कागद माझ्या हातांत चटकन् दिला आणि म्हटलं, 'पाहा, मी परवा तुझ्या कानांत सांगितलं त्याचं प्रत्यन्तर! ही चोर मंडळी या वुइलवर माझी सही घेऊन माझा आणि हिचा (अर्थात सुशीलेचा) घात करणार होती!' मी ते मृत्युपत्र घाईत वरून वरून वाचले. त्यांत अर्थात् जे असावयाचे तेच होते. रावबाने मात्र सही करण्याच्या ठिकाणी सही न करता 'तुमची लुच्चेगिरी ओळखणारा' असे म्हटले होते !

अखेर सुरेख ते सगळे सुरेख । ५९

तुला सांगायला नकोच, की सकाळी अत्यवस्थ असल्याचे त्याने केवळ सोंग केले होते व हा योगायोग त्यानेच शिताफीने जुळवून आणला होता. रूपाबाई व तिचे साथीदार हे आपणाकडून अर्धवट गुंगीत असताना एका आपमतलबी मृत्युपत्रावर सही घेणार आहेत व मागाहून लवकर मृत्यू न आल्यास विषप्रयोगही करणार आहेत असं त्याला काही दिवसांपूर्वी कळून आले होते. त्याला झोप लागली आहे असे वाटून ते आपपसात जे कुजबुजत होते ते त्याने ऐकले होते व त्यामुळे त्याची बौद्धिक गुंगी उतरून तो सावध झाला होता. अर्थात् त्याने मला लगेच बोलावणे पाठवून व या कटाची ही गुणगुण सांगून सुशीलेला आणण्याची विनंती केली होती. त्याप्रमाणे मी तिला आणले आणि तदनंतरची ही अशी सुखपर्यवसायी हकीगत घडली.

रूपाबाई व तिचे साथीदार हल्ली पोलिस–अटकेत आहेत. पण ते सुटले तरी मी सध्या तरी विशेष फिकीर करीत नाही. मला याहून पुष्कळ उच्चतर कामे आहेत. शिवाय खटला चालू ठेवल्यास रावबाला शारीरिक व मानसिक त्रास होण्याचा संभव आहे. त्याच्या सध्याच्या स्थितीत त्याला हा असा त्रास देणे इष्ट नाही. हल्ली त्याची प्रकृति थोडीबहुत सुधारली आहे. सुशीला त्याला पूर्वींपेक्षाही अधिक प्रिय झाली आहे. सुशीलाही पूर्वींचे सगळे विसरली आहे. आर्यस्त्रियांची लोक चेष्टा करोत; पण आर्य स्त्री ती आर्य स्त्री !

नव्हे, मी चुकलो. सुशीला आता पूर्वींची आर्य–स्त्री राहिली नाही. तिची मते आता पार बदलली आहेत. तिची वृत्तीही बदलली आहे. तिची मते तू ऐकलीस तर तुझ्या हृदयाला धक्काच बसेल. मला सुद्धा चमत्कारिक वाटले; पण सुशीलेचे सगळेच चांगले वाटते, त्याप्रमाणे हे स्थित्यंतरही चांगलेच वाटले; अशीच तुझीही अवस्था होईल असे वाटते. आता हे पत्र फार लांबले आहे म्हणून अधिक लिहीत नाही. 'All's well that ends well' या चांगल्या म्हणीने मीहि आपल्या पत्राचा अंत करतो. हृदयाची अस्वस्थता म्हणीने दूर होत नाही हे मी ओळखून आहे. पण कोठेतरी संपविलेच पाहिजे ना ?

तुझा
बाळू

◆

मी मरत नाही तर जिवंत होतो आहे –

प्रिय मित्र सुनंदा यास, बाळूचा नमस्कार– येथे कोणाचेच कुशल नाही. मुले चिरचिर करताहेत, सौभाग्यवतीद्वय अंथरूण धरून आहे. क्षयाने बेजार झालेली पत्नी लवकरच अंथरूण सोडण्याच्या बेतात आहे ! मला काय वाटत आहे हे काय लिहू ? रावबाने तर अंथरूण सोडले– कायमचे सोडले ! सुशीलेला आता मी कसा भेटू ? तू कसा भेटशील ?

हा प्रकार अगदी अकल्पित झाला. मागील पत्रांत वर्णिलेली हकीगत झाल्यानंतर त्याची प्रकृति सुधारत चालली; इतकी, की तो पुन्हा हिंडू फिरू लागला व पूर्वीप्रमाणे वादविवादही करू लागला. सुशीलेविषयी तर त्याची वृत्ति इतकी बदलली, की तो तिला प्रत्यक्ष देवाप्रमाणे– किंवा व्याकरणाकरिता 'देवी' प्रमाणे म्हण पाहिजे तर– मानू लागला. तुझ्यामाझ्याविषयीचेही त्याच्या मनातले किल्मिष पार निघून गेले होते. मला तो वारंवार बोलवीत असे आणि हरतऱ्हेच्या गोष्टी काढून तासतास दोनदोन तास बोलत बसत असे. 'देवी' तर तेथे असावयाचीच ! एक दिवस तिच्या देखत तो मला म्हणाला, 'बाळ, मी इतके दिवस शूद्र होतो, आता मी ब्राम्हण झालो आहे.' मला याचा काही अर्थ समजेना. सुशीलेलाही काही समजेना, म्हणून आम्ही त्याच्याकडे चकित दृष्टीने पाहू लागलो. तो मग स्मित करून म्हणाला, 'तुम्हाला मनुष्य द्विज केव्हा होतो हे ठाऊक नाही का ? जन्मना जायते शूद्र:संस्काराद द्विज उच्यते । आपल्या शास्त्राप्रमाणे आपण सर्वजण जन्मत: शूद्र वृत्तीचे असतो, सुसंस्कारांनी आपणांला जणु दुसरा जन्म मिळून आपण 'द्विज' होतो. मला 'हिने' द्विज केले आहे.

त्याचे हे बोलणे ऐकून मला आणि अर्थात् सुशीलेलाही किती बरे वाटले असेल हे तुला सांगायला नकोच. पण तिने मनातला आनंद लपविण्याचा थोडासा प्रयत्न करून म्हटले, 'तसं पाहिलं तर मीही या घरांत आल्यापासून द्विज झाले आहे. माझाही इथं संबंध घडल्यापासून पुनर्जन्म झाला आहे. मी आता पूर्वीची राहिल्ये नाही.'

'तुम्ही दोघजणं 'द्विज' झालात, मी मात्र अजून शूद्रच आहे' मी मध्येच म्हटले. 'या शूद्राला तुम्हा द्विजाच्या घरात येण्याची बंदी होते की काय, अशी भीति वाटू लागली आहे.'

'ती भीती नको.' रावबा म्हणाला. 'मी आधुनिक द्विज आहे. मी अस्पृश्यता मानीत नाही. ही थट्टा सोडून खरे सांगू का बाळू तुला, हिच्या लहान लहान गोड वाक्यांनी जडवाद्यांची बडीबडी पुस्तके खोटी पाडली आहेत. बायका लेकाच्या वस्ताद खऱ्या !'

'असल्या शब्दांनी न फसण्याइतकी मी आता वस्ताद झालेली आहे एवढं मी कबूल करत्ये.'

'तू कबूल कर, नाही तर कबूल करू नको, खरी गोष्ट आहे ती सांगितली. जडवादाने माझ्या आत्म्याला जाड्या आले होते. जीवनकलहाच्या तत्त्वाने माझ्या हृदयात गुप्त असा कलह उत्पन्न केला होता, अज्ञेयवादाने मी कुठे तरी वाहवत जात होतो; पण तुझ्या प्रेमाच्या आणि कर्तव्यतत्परतेच्या संजीवनीने माझे जाड्य दडवून मला पुनर्जन्मच जणू दिला आहे. इतके तुला मी वाईट वागवले असताना तू पुन्हा आलीस आणि मागचे सगळे विसरून माझी सेवा केलीस त्याने चीतच झालो.'

'संजीवनीने मी जिवंत केलंना, मग चीत केलं कसं म्हणता येईल ?' सुशीला खोडसाळपणाने हसून म्हणाली.

'आधी चीत करून मग संजीवनीनं पुनर्जन्म दिलास असं मला म्हणायचं आहे.' रावबाने उत्तर दिले व आपली बाजू सावरून घेतली.

'अस्सं, अस्सं !' एवढेच मान हलवून व डोळे मोठे करून सुशीला म्हणाली व गप्प बसली. तेव्हा मला या लाडक्या वादात वेड्यासारखे होऊन मी म्हटले, 'मी मात्र तुमच्या या वादात मरतो आहे. मला कोण कच किंवा देवयानी संजीवनी देणार आहे कोणाला ठाऊक !'

अशा रीतीचे आमचे पुष्कळ संवाद आणि पुष्कळ वेळा झाले आणि उत्तर धुव्रावरच्या सहासहा महिन्यांच्या दीर्घकालीन रात्रीनंतर सूर्योदयाची पूर्वचिन्हं दिसू लागल्यावर तत्कालीन ऋषींना जसा आनंद होत असे व ते मग आनंदाने उषेची स्तोत्रे गाऊ लागत तशी आपणही गावीत असे मला वाटू लागले होते. (मी खरोखरीच कविता करू लागलो होतो, व तुला पाठवून देणार होतो त्या !) पण माझे उषास्तोत्र पुरे व्हायच्या अगोदरच पुन्हा माझे सर्व जग अंधतमामध्ये गुडूप झाले !

मृत्यूचा तो देखावा माझ्या डोळ्यांसमोर आहे. मी त्याचं वर्णन मात्र करीत नाही. तू परत आल्यावर सगळं सांगेनच. सुशीलेने त्याची फारच उत्तम शुश्रूषा केली,–तिला कोणी ती शिकविली, कोणाला ठाऊक ! त्याला तिनं आपल्या सेवेनं आणि शीलाने पुन्हा इतके आपलेसे केले होते. आणि इतके सुधारले होते, की त्या

उभयतांचा संसार पाहून मला आपल्या उभयतांचा संसार नीरस वाटू लागला होता ! रावबाशी आपण लहानपणापासून भांडत आलेले आहोत व तो हाडाचा वाईट नाही हेही आपण एकमेकांशी कितीदा तरी म्हटलेलं आहे; पण त्याचे हृदय इतके चांगले असेल अशी मला काही कल्पना नव्हती. सुशिलेला तो अलीकडे कसे वागवीत होता हे तुला मी वर्णन करून काय सांगू ? पत्र लांबलं आहे (तुला लिहिलेलं कोणतं पत्रं लांबत नाही ?) तेव्हां त्याचे प्राणोत्क्रमणाच्यापूर्वीं अर्धवट वायूच्या स्थितीतच बडबडलेले वाक्य सांगतो आणि पुरे करतो. त्याच्या बडबडीमध्ये किती अर्थ भरलेला आहे, पाहा:

'मी मरत नाही....मी जिवंत होतो आहे....मला माझी बायको....जन्म देत आहे.'

तुझा
बाळू

◆

क्राइस्ट्स क्रॉस स्कूल

मित्रवर्य रा. रा. बळवंतराव व सुनंदराव यांस सुशीलेचे नमस्कार, विनंति विशेष. मी येथे आल्यापासून एका वर्षात आपणाला सविस्तर पत्र लिहिलं नाही, याचे कारण तसे पत्र लिहिण्याची मला परवानगीच नव्हती. खुशालीची पत्रे पाठविली ती देखील मिनतवारीनेच पाठविता आली. माझ्या येथील राहणीविषयी सामान्य माहिती घरच्या पत्रांवरून कळली असेलच. विशेष माहिती विशेष परवानगीने लिहित आहे.

सासूसासऱ्यांच्या मरणानंतर लवकरच हात धुऊन पाठोपाठ माझ्यावर जो दुर्धर प्रसंग आला त्यानंतर दोन तीन महिने मला फारच कठीण गेले. आता मला वाटते, मी बरीच मूळ प्रकृतीवर आले आहे,– म्हणजे मी आता विशेष कुढत नाही किंवा जुन्या आठवणी काढून त्यांच्याच आपल्याशी विचार करीत बसत नाही. इतर मुलींप्रमाणेच– माझ्यासारखे गोडही अनुभव नाहीत आणि कटुही अनुभव नाहीत अशा कुमारीप्रमाणेच मी वागते. खेळणे, थट्टमस्करी करणे, 'हक्का' करिता भांडणे, इत्यादी गोष्टींत त्यांच्यासारखीच बहुतेक मी आहे. पूर्णपणे त्यांच्यासारखीच असणे शक्य नाही. ज्या बाईला एकदा उच्च पतिसुखाचा अनुभव मिळाला, जिला एकदा पुत्रमुखदर्शनाचे सुख लाभले आणि जिची ही सुखे कालाने हिरावून नेली, ती पुन्हा पूर्ववत् होणेच शक्य नाही !

येथे रोमन कॅथॉलिक मिशनची मदत असलेली, पण त्या मिशनच्या ताब्यात नसलेली १०० एक मुलांची शाळा आहे. ६५ मुली व ३५ एक मुलगे आहेत. वये ३ ते २५ पर्यंत आहेत. बहुतेक मुले साहेब, अँग्लो–इंडियन व पारशी यांची आहेत. फक्त ७ हिंदु व २ मुसलमान आहेत. बहुतेक सगळी हॉस्टेलांत राहाणारी मुले आहेत. फक्त २ पारशी मुलगे व १ युरोपियन मुलगी ही गावातून येतात. अगदी पूर्व–प्राथमिक वर्गापासून ते सीनिअर केंब्रिजपर्यंतचे वर्ग आहेत. शिक्षकवर्गात बहुतेक युरोपियन आहेत. एक पारशी आहे, तो सायन्स शिकवितो व एक हिंदु आहे, तो गणित शिकवितो. बहुतेक मडमींचेच राज्य आहे; एकच युरोपियन पुरुष आहे–

तो प्रिन्सिपॉलबाईंचा यजमान. शाळा प्रिन्सिपॉलबाईंच्या ताब्यात. मुलग्याकरितां निराळा बंगला आहे; पण दिवसाचे बरेचसे शिकवणेसवरणे व बसणेउठणे शाळेच्या मोठ्या आवारातच होते. वर्गात व बाहेरही स्त्रीपुरुष हा भेद फारसा तीव्रतेने पाळण्यात येत नाही. साहजिकपणे भेद होते तो केव्हाही राहाणारच. येथील वातावरण अतिशय शुद्ध व सात्त्विक आहे व त्याचे बरेचसे श्रेय आमच्या बाई मिसेस् स्वीट यांजकडे आणि थोडेसे त्यांच्या यजमानांकडे व साहाय्यक शिक्षक–शिक्षकिणींकडे आहे. मिसेस स्वीट या चाळीस वर्षांपूर्वी शाळेवर प्रथम आल्या. (तेव्हा त्या मिसेस स्वीट नव्हत्या तर मिस् कॅथॅरिन टूलव्ह होत्या.) पाचसात वर्षांनी त्या विलायतेस रजेवर गेल्या असता त्यांचे मिस्टर रॉबर्ट स्वीट यांच्याशी लग्न झाले व ती दोघेही इकडे येऊन उभयतां शाळा चालवू लागली. त्यांच्या शिष्यशिष्यिणींचे मुलगे व मुली, (काही मुलींच्या नाती !) आता त्यांच्या शाळेत शिकत आहेत. मिसेस् स्वीट यांचा स्वभाव गोड व कोमल असून शिस्तीकडे लक्ष देणारा, जात्या खेळकर व थोडासा खोडकर आणि थट्टेखोर असून तत्त्वाच्या व महत्त्वाच्या बाबतीत गंभीर, न्यायनिष्ठूर व नि:स्पृह आहे. त्यांचे मुलांवर इतके प्रेम आहे, की त्यांना ती स्वत:चीच मुले, किंबहुना नातवंडे–पतवंडे वाटतात. मिस्टर स्वीट हे आपले सरळ व सालस गृहस्थ आहेत. ते शाळेत शिकवून झाल्यावर टेनिस, गॉल्फ किंवा वाचन यांत व्यापृत असतात. त्यांनी 'हिंदुस्थानातील क्राइस्टचे बंधु' या नावाचे एक इंग्रजीत पुस्तक लिहिले आहे व काही गोष्टीही लिहिल्या आहेत. त्यांत बहुतेक धार्मिक तत्त्व असते– कला, या दृष्टीने त्या बेताच्याच.

धार्मिक तत्त्वाचा आता उल्लेख आलाच आहे तेव्हा मी एकदम सांगून टाकते, की मी आता पूर्वीचे देव मानीत नाही. आकाशातला बाप मी मानावा आणि क्रिश्चनाच्या कळपात यावे अशी मिस्टर आणि मिसेस् स्वीट यांची सात्त्विक इच्छा आहे; पण मी वळेन असे वाटत नाही. काव्यदृष्टया तरी आमचे देव खात्रीने श्रेष्ठ आहेत. तत्त्वदृष्टया जर पाहिले, तर आमचा सर्वव्यापी, सर्वज्ञ, सर्वशक्तिमान, पूर्वकर्मानुसार बरीवाईट फळे देणारा ईश्वर बुद्धीला अधिक समाधान देतो. आणि त्याच्याही पलीकडे जाऊन परमार्थाकडे पाहिले, तर आमचे 'ब्रह्म' फारच उत्तम. असो. मी शाळेतल्या धार्मिक प्रार्थनेला जाते; गेलेच पाहिजे असे नाही; पण जावं अशी अपेक्षा असते; आणि मिसेस् स्वीटचे मन मोडणे कठीण वाटते– पण मिसेस स्वीट यांना माझी मते पूर्णपणे ठाऊक आहेत. क्राइस्टबद्दल मला आदर आहे, ख्रिस्ती मिशन्सबद्दल आहे. आणि हा आदर मनापासून आहे, हे त्या ओळखून आहेत. त्या उभयतांची धार्मिक मते रोमन कॅथलिक पंथाची आहेत. पण ती उभयता इतरांचे बाबतीत औदार्य स्वीकारून बोलतात व चालतात.

आतापर्यंतच्या अनुभवावरून जे वाटले ते लिहिले आहे. इतर गोष्टींबद्दल पुढे

केव्हा तरी अशीच परवानगी काढून मग लिहीन. माझी आई मला लवकरच भेटण्यास येणार आहे, त्या वेळेस आलेत तर भेटण्याची परवानगी मिळेल; नाही तर अपवादात्मक प्रसंगाशिवाय परवानगी मिळणे कठीण असते. तेव्हां ती विचारूच नये. येथील कोर्स संपण्यास अद्यापि दोन वर्षे तरी लागतील. पुढे काय, याची आजच काळजी कशाला ? Sufficient unto the day is the evil thereof.

आपली उभयतांची बालमैत्रिण
सुशीला.

ता.क.–पत्रे केवळ खुशालीचीच का असेनात, पाठवावीत. मला बरे वाटते.

विनोदाला व कुमुदिनीला आशीर्वाद. माझा रवींद्र जिवंत असता तर त्यांच्या एवढाच असता. कोठे असेल तेथे त्याला माझा आशीर्वाद द्यावा. Rationalist असून वेड्यासारखे लिहीत आहे– पण मला पहिल्यापासूनच आपण वेडी ठरविलेली आहे ना ?

सुशीला

◆

ही आपली समाजव्यवस्था!

लोणावळे

प्रिय तात्या यांस सा. न. वि. वि.–

आपण व आई मला भेटून गेल्यापासून शारीरिकदृष्ट्या माझी खुशाली आहे; पण मनात फार गोंधळ माजून राहिला आहे. मी मनाने वाटत आहे– म्हणजे क्रिस्ती धर्माकडे माझा ओढा अधिक होत आहे असे नव्हे, तर हल्लीच्या सर्व धर्मांचा व प्रचलित समाजव्यवस्थेचा (म्हणजे, 'अव्यवस्थे'चा) मला तिटकारा येत चालला आहे. धर्मांतील तत्त्वे चांगली असतात, पण त्या तत्त्वांचा व्यवहारात काहीच उपयोग होत नाही, उलट हे धर्म काही वाईट चालीरीतींना व नामधारी समाज–'व्यवस्थे' ला पाठिंबा देऊन गरिबांच्या नाशाला कारणीभूत होत आहेत असे माझे मत होत चालले आहे. एकच गोष्ट पाहून माझे मत बदलत चालले आहे असे नाही. जगातील अनेक व्यवहार पाहून मला असे वाटू लागले आहे, की एक अजिबात विचार करण्याचे तरी टाळावे किंवा धार्मिकदृष्टया क्रांतिकारक तरी बनावे. ही वृत्ति नुकतीच फार बळावली आहे आणि त्याला कारण पुढील अनुभव.

आमच्या वसतिगृहाच्या शेजारी रेल्वेवर मातीखडी वगैरे गाढवांवर वाहून नेणाऱ्या वडारी लोकांची पाले आहेत. इतके दिवस आम्ही येथे आहोत; पण त्या पालांत कधी आम्ही गेलो नव्हतो. त्या लोकांशी कधी बोललोही नाही. जणु काही त्यांची गाढवं आणि ते यांमध्ये फरक नाही असे आम्ही त्यांना लेखीत होतो; आणि खरोखर म्हणावयाचे म्हणजे तेहि गाढवासारखेच वागत होते ! दहाबारा दिवसांपूर्वी एकाला काही रोग झाला, तेव्हा त्यांच्या बायकामुलांनी रडण्यास आरंभ केला आणि पुरुष मंडळी काहीतरी अघोरी उपाय करू लागली. एकजण अगदी जवळच असलेल्या डॉक्टरकडे गेला; पण त्या साहेबाच्या क्रिस्ती धर्माने त्याला काही अशी बुद्धि दिली नाही, की फी मिळण्याची आशा नाही तरी आपण गरिबांना औषध द्यावे ! मागाहून हिंदू वैद्य, मुसलमानी हकीम, पारशी डॉक्टर, सगळ्यांकडे तो गेला; पण कोणी काही आले नाही. शेवटी तो आमच्या मिसेस् स्वीटबाईकडे भीत भीत आला

आणि हातापाया पडून काही तरी औषधपाणी द्या म्हणून म्हणू लागला. मी, मास्टर काफ नावाचा माझा एक शाळेतला मित्र, आणि दोनचार मुली व मुलगे त्या दिवशी बॅडमिंटनच्या मॅचिस खेळून झाल्यावर मिसेस् स्वीटबाईने प्रेमपूर्वक बोलावले होते म्हणून चहा पिण्यास त्यांच्याकडे गेलो होतो. आम्ही ती सगळी हकीगत ऐकली आणि या गरीबाला मदत करण्याला जाऊ या असे म्हटले. स्वीटबाईही तयार होत्याच. त्यांनी सामान्य घरगुती औषधाच्या दोनतीन बाटल्या घेतल्या व आम्ही सगळीजणं वडाऱ्यांच्या पालांकडे निघालो; तो तेथे काय, जिकडे तिकडे आकान्त चालला होता. रोगी ज्या पालात होता त्यात स्वीटबाई आणि मी वाकून कशी तरी शिरलो. उभे राहाण्यास जागा नव्हती. आत देखील एवढीशी जागा, पण त्यात तो रोगी आणि त्याच्या भोवती दोन पुरुष आणि दोन म्हाताऱ्या बाया, आणि आसपास घाणेरड्या गोधड्यांवर बसलेली तीन मुले आणि निजलेले अंगावरचे मूल ! रोग्याच्या उशाशीच एक चूल ! त्यात गोवऱ्या घातल्या होत्या आणि त्यामुळे त्या पालात धूर भरून राहिला होता. मिसेस् स्वीटबाईने ओरडणाऱ्या त्या सगळ्यांना आधी गप्प बसविले आणि मग त्या चौकशी करू लागल्या. त्या वडाऱ्याची दहाबारा वर्षांची मुलगी होती तिने आपल्या धाकट्या भावांना जवळ घेतले होते. तिची आई नुकतीच वारली होती आणि एवढ्या वयात त्या पोरांचा सांभाळ करण्याचा भार तिच्यावर पडला होता ! तिने प्रथम माझे आणि मग स्वीटबाईंचे पाय धरले आणि ओक्साबोक्सी ती रडू लागली. रोग्याजवळ बसलेल्या बायांनी तिची हकीगत सांगितली. आम्ही तिला उगी केले आणि विचारपूस करून काही औषध देण्याच्या उद्योगाला लागलो. पिण्याच्या पाण्यात परमँगनेट (Permanganate) घालून द्यावे म्हणून स्वीटबाईंनी मोठे भांडे भरून पाणी मागितलं. पण घरात भांडेच रिकामे नव्हते ! अखेर एक कटोरे मिळाले; पण पाणीच मिळेना ! एका मातीच्या गाडग्यात बुडाशी थोडे राहिलेले गढूळ पाणी शेवटी मिळाले. त्यांत ते परमँगनेट किंचित घालून लाल करून रोग्याला पिण्याकरिता दिले व मग औषधाची एक बाटली देऊन आम्ही बाहेर पडलो. मिसेस् स्वीट अगदी घाबरलेल्या दिसल्या. त्या म्हणाल्या, "ही कॉलऱ्याची केस आहे. तुम्ही माझ्याबरोबर उगाच आलात. आता घरी गेल्याबरोबर डिस्इन्फेक्टंट घालून अंघोळ करा आणि कपडे वाफारून परटाकडे द्या." मास्टर 'काफ' ने शेजारच्या पालांत राहाणाऱ्या वडाऱ्यांकडून पुष्कळ माहिती काढीली होती त्यावरून त्यालाही ही कॉलऱ्याची केस आहे असे कळून चुकले होते; पण तो स्वत:विषयी न घाबरता ज्या समाजव्यवस्थेने या लोकांना अशा अज्ञानात आणि दारिद्र्यात ठेविले त्या समाजव्यवस्थेला रागारागाने शिव्याशाप देऊ लागला. 'ही पाहा आमची भांडवलशाही; हा पाहा तुमचा हिंदुधर्म; यांना तुम्ही अस्पृश्य समजता ना ?' तो मला म्हणाला.

'यांना नाही आम्ही अस्पृश्य समजत,–महार, मांग वगैरेंना अस्पृश्य समजतो', मी उत्तर दिले.

'पण अस्पृश्यांप्रमाणे वागवता तर खरे ना ? मी तुम्हां हिंदूनाच दोष नाही देत,–भांडवलशाहीतले सगळे धर्म आणि सगळे लोक सारखेच. युरोपियन, पारशी, मुसलमान– कोणी तरी डॉक्टर येथे आला का ? माणसाची किंमत नाही, पैशाची किंमत आहे या जगात. This must be done away with. I am going to be a social revolutionary.' अशा रीतीने तो चेवाचेवाने बोलू लागला, तेव्हां मिसेस स्वीटने त्याला दाबले व तोही मग बराच गप्प राहिला. (पूर्णपणे गप्प राहाणे काफच्या स्वभावातच नाही !) या काफबद्दल, मी घरी आले होते तेव्हा पुष्कळ गोष्टी मी तुम्हाला सांगितल्या आहेत. त्याचा उतावळेपणा, घायकुतेपणा, प्रेमळपणा व रागीटपणा हे सर्व गुण अतिरेकामुळे हास्यास्पद होतात, पण मला तरी तो आवडतो. आणि म्हणूनच त्याच्याशी मी स्नेह करत्ये. त्याला सुट्टीमध्ये आपल्या घरी बोलावू काय ? त्याची इच्छा आहे, पण मिसेस स्वीट पाठवतील किंवा नाही याबद्दल शंका आहे. पण या पुढच्या गोष्टी आहेत. वडाऱ्यांबद्दल लिहित होत्ये ती हकीगत राहिलीच ! औषधपाणी देऊन व पाणी तापवून पिण्यास सांगून आम्ही तेथून निघालो.

घरी आल्यावर आम्ही अंघोळी करून कपडे बदलले. पण त्या वडाऱ्यांना आणि त्यांच्या मुलांबाळांना कोण अंघोळ घालतो आणि त्यांचे कपडे कोण बदलतो ? अखेर जे व्हावयाचे तेच झाले. ७०–८० वडारी एका आठवड्यांत पटकीला बळी पडले ! 'पटकीला बळी पडले' म्हटले, पण हे पटकीला बळी पडले का आपल्या 'समाजव्यवस्थेला', हा मला व काफला प्रश्न पडला आहे. याचे उत्तर तात्या, तुम्ही द्याल काय ? ही समाजस्थिति बदलता येणार नाही काय ? काफ आणि मी दोघांनी तरी बदलण्याची प्रतिज्ञा केली आहे. पोरपणाची प्रतिज्ञा म्हणून हसाल तुम्ही, पण हसण्यावारी दवडण्याचा हा प्रश्न नाही. सध्या अधिक लिहित नाही.

बळंवतरावांना व सुनंदरावांना नमस्कार कळविणे. बळवंतरावांच्या पत्नीला थोडा ताप येत असतो असे मागील पत्रात लिहिले होते. ताप कसा आहे तो कळवावा.

सुशीला

ता.क.–वडाऱ्याची मुलगी व तिचे धाकटे तीन भाऊ यांना भाड्याचे पैसे देऊन मी पुण्यास एका मिशनमध्ये पाठविले आहे. ही मुले बाटतील व हिंदुधर्माला मुकतील हे खरे; पण हिन्दुधर्माने त्यांच्याकरिता काय केले आहे ? मुलीच्या शिक्षणाचा खर्च मी सोसणार आहे; लहान मुलांचा मिशनमार्फत होईल असे मिसेस् स्वीटबाई म्हणाल्या. असल्या मुलांची सोय कशी लावावयाची याबद्दल समाज विचारच करीत नाही. कादंबऱ्या–नाटकांना प्रेमाशिवाय विषयच नाहीत; राजकारणी

पुरुषांना 'स्वराज्या' शिवाय दुसरे काही सुचत नाहीत; समाज-सुधारकांना विधवा विवाह, स्त्री-शिक्षण, ब्राह्मण-ब्राह्मणोत्तर असलेच विषय सुचतात ! गरीब महार- मांग, वडारी, डोंबारी यांची स्थिती कशी असेल, ही स्थिति अशी का, ती कशी सुधारावयाची, याचा कोणीच विचार करीत नाही ! मला तर काफप्रमाणेच वाटू लागले आहे, की सर्व समाज किडलेला-सडलेला- 'rotten' झालेला आहे. तो सुधारण्याला उपाय म्हणजे पूर्वीची मूर्खपणाची धर्म 'व्यवस्था' मोडून टाकली पाहिजे. माझी ही मते चुकीची असतील, 'आहेतच' अशी मी आपली सध्या समजूत करून घेत्ये. पण तुमच्याशी याविषयी बोलू नये तर कोणाशी बोलू ? सुट्टीमध्ये तुम्ही, बळवंतराव, सुनंदराव, काफ वगैरे मंडळी एकत्र जमून आपण जर चर्चा केली तर किती चांगले होईल ! पण या पुढच्या गोष्टी ! असो, ताजा कलम फारच वाढला, पण इलाज नव्हता.

सुशीला

◆

गणपती पाण्यात बुडविले

सुशीला उन्हाळ्याच्या सुट्टीत घरी आली होती. घरी म्हणजे आता माहेरीच; कारण सासूसासरा वगैरे वारल्याचे मागे आलेच आहे. तिचे घर व इस्टेट यांची व्यवस्था तिचे वडील पाहात असत व पैशासंबंधाने तिच्या पतीने अगदी शेवटी तरी सावधगिरी ठेवल्याने तिला तशी ददात नव्हती. तिची बहीण उषा ही आता हायस्कूलमध्ये जाऊ लागली होती व तिच्या लग्नाच्या गोष्टी मधून मधून अर्धवट थट्टेत व अर्धवट गंभीरपणे चालल्या होत्या. आज सुशीलेच्या निमित्ताने घरात पुष्कळ मंडळी जमली होती. सुनंदराव अर्थात होतेच. बळवंतराव व त्यांचे वडील आणि त्यांची आई शेजारीच राहात होती; तेव्हा ही घरोब्याची मंडळीही अर्थात् आलीच होती. सुनंदराव व बळवंतराव यांच्या पत्नीही आल्या होत्या, अर्थात् त्या सबालक आल्या होत्या. त्यांची मुले– विनोद व कुमुदिनी– सुशीलेजवळ खेळत होतीच हे सांगणे नकोच. सुशीला मनाने आता पूर्वीची राहिली नव्हती, हे तिच्या पोशाखावरून कळणे शक्य नव्हते. पोशाख बहुतेक पूर्वीसारखाच होता. मिशनच्या क्राइस्ट्स क्रॉस हायस्कूलमध्ये तिचा पोशाख थोडासा निराळा असे; पण घरी आल्यावर– किंबहुना घरी येतानाच– तिने आपला पूर्वीचाच दक्षिणी स्त्रियांचा पोशाख केलेला होता. वर्तन मात्र थोडेसे बदलले होते; म्हणजे ती आता सर्वांशी –पुरुषांशी देखील– अधिक मोकळेपणाने वागू लागली होती. स्वभाव पूर्वीसारखाचा कोमल, गोड, दुसऱ्यांचे मन न दुखविणारा, असा होता. बोलण्यात मात्र फारच क्रान्ति झाली होती. इतकी, की तिची आई लक्ष्मीबाई आश्चर्यचकितच नव्हे, तर मनात दुःखीकष्टी होईल ! तिच्या वडिलांना ती बोलणी ऐकून विशेष काहीच वाटत नव्हते, उलट आनंदच होई ! कारण त्यांचीही मते बहुतेक तिच्या सारखीच होती– ते बोलून दाखवीत नव्हते एवढेच. बळवंतराव यांचीही गोष्ट अशीच होती. ते तरी आता पूर्वीचे कोठे राहिले होते ?त्यांचा तो राष्ट्रभिमान, धर्माभिमान, वगैरे कालमानाला अनुसरून थंडावले होते ! त्यांच्या पत्नींना मात्र सुशीलेचे हे विचार थोडेसे कानांना चमत्कारिक लागायचे; पण त्याही नवीन युगातल्या असल्यामुळे ते विचार त्यांच्या जिवाला

धक्का देत नसत; उलट एका अर्थी गुदगुल्या करून एक प्रकारची जागृति ते उत्पन्न करीत व कौतुकयुक्त आनंदाला कारणीभूत होत.

उषेच्या लग्नासंबंधी थट्टा करता करताच सुशीला म्हणाली, ''आई, एवढ्या लहानपणी कशाला हिच्या लग्नाचा विचार करतेस ? आमच्या शाळेत हिच्या दीडपट वयाच्या ख्रिस्ती, पारशी आणि आपल्या हिन्दुही मुली आहेत. त्या बहुतेक कुमारीच आहेत. त्यांची लग्ने लवकर झाली नाहीत म्हणून त्यांचं काय नुकसान झालं आहे ?''

'क्रिस्ती मुलींचं मला कशाला सांगतेस ? त्यांचं सगळंच निराळं. त्यांना काय, आज लग्न झालं आणि उद्या काही मोडली तरी हरकत नाही ! आणि दहादा लग्न केली तरी हरकत नाही !''

''हे तू काहीतरी बोलतेस झालं.'' सुशीलेचे वडील म्हणाले. ''तुला त्यांची काही माहिती नाही. आपण असं भलतंच बोलू नये.''

''तसं आहे असं मी घटकाभर कबूल करत्ये'' सुशीला म्हणाली. ''पण त्यात वाईट काय झालं ? नवरा दारूबाज असला आणि तो जर पोराबाळांच्या आयुष्याचा नाश करीत असला तर असल्या नवरोबाला सोडून आपल्या मुलाबाळांचे रक्षण केलं तर त्यात पाप नाही, तर उलट पुण्य आहे. लग्न केलं म्हणजे त्या नवऱ्याला आपली आणि आपल्या मुलाबाळांची मान कापायला द्यायची की काय ? मान कापलेली एक वेळ चालेल; पण त्याला नीतिमत्ता पण विकायची ? मी तरी विवाहाचा हा अर्थ मानायला तयार नाही.''

बळवंतराव म्हणाले, ''तुझं म्हणणं आम्हाला पटतं; पण आज या गोष्टी बोलण्यात काही अर्थ आहे का ? दुसऱ्या सगळ्या सामाजिक–धार्मिक सुधारणा झाल्या म्हणजे या क्रान्तिकारक सुधारणा घेऊ हाती.''

''आज पण बोलायला काय हरकत आहे ?'' सुशीलेने म्हटले, ''आणि खरं म्हटलं, तर ज्यांना शक्य असेल त्यांनी कृतीत तरी का आणू नये ? पहिल्या प्रथम असे लोक थोडेच असावयाचे; पण कोणी तरी केव्हा तरी बोलायला आणि आचरण्याला आरंभ केलाच पाहिजे ना ? आपल्या चालीरीती, आपले विचार, आपण धर्म– सर्व काही rotten झालं आहे, सगळं कुजलेलं आहे. पार सगळी ही घाण काढली पाहिजे.''

''तू काढ ही घाण, मी आपली घरातला केर काढायला जाते,'' सुशीलेची आई कंटाळून आणि किंचित् कष्टी होऊन प्रेममूलक रागाने म्हणाली.

लक्ष्मीबाईंची ही अबुद्धिपुरःसर कोटी ऐकून मंडळी हसली. त्यांच्या पतीलाही आपल्या पत्नीचे कौतुक वाटले व ते म्हणाले, ''अहो, किती केलं तरी सुशीलेची आई आहे ती. अशिक्षित आहे; पण बोलण्यात काही कमी नाही. बाकी ती आता

इतकी संतापली आहे, की तिच्या डोकीवर चहाचं पातेलं ठेवलं तर पाच मिनिटांत आधण येईल. विस्तव पेटवायची मुळीच जरूर नाही !''

''चहा पाहिजे आहे हे काही सुचवायला नको; मी ओळखलं होतं आणि म्हणूनच मी उठल्ये.'' लक्ष्मीबाई म्हणाल्या व सैपाकघरात गेल्या. इतक्यात सुनंदरावांचा मुलगा रडू लागला व बळवंतरावांची मुलगीही रडू लागली. तेव्हा त्यांच्या आयांनाही जे निमित्त पाहिजे होते ते मिळून त्याही घरांत लक्ष्मीबाईंना मदत करण्याकरिता मुलांना घेऊन गेल्या. अन्नपूर्णाकाकूंनीही मग काहीतरी निमित्त करून तेथून पाय काढला. सुशीलाही उठू लागली; पण तिच्या वडिलांनी तिला थट्टेने म्हटले, ''सुशीले, तू हे 'आर्यस्त्रीत्व' दाखवू नकोस. किती दिवसांनी तुझ्याशी मंडळींना मनमोकळं बोलता येत आहे. तू आपली बस. आणि तू आता पूर्वीची 'आर्यस्त्री' राहिलीस कोठे ? तुला लोणावळ्याच्या मडमांनी पार बाटवलं आहे.''

''ती कसली बाटते ?'' सुनंदराव म्हणाले, ''तीच त्या मडमांना बाटवील. त्या शाळेत गेली तेव्हां मला भीति वाटत होती, की ही कदाचित् बाटायची ! पण आता मी निश्‍चिंत झालो. आकाशातल्या बापाला ही मुलगी काही लाभत नाही ही माझी आता खात्री झाली.''

''आकाशातल्या बापाला नाहीच मी लाभायची; पण कैलासावरच्या शंकराला आणि क्षीरसमुद्रात निजणाऱ्या विष्णूलाही माझ्याकडे पाहून समाधान व्हायचं नाही. पण मी चुकलेच बोलायला. ते देव आता माझ्या दृष्टीनं नाहीसेच झाले आहेत. कागदाचा ताबूत किंवा मातीचा गणपति आपणच निर्माण करतो आणि मग पाण्यात बुडवितो, त्याचप्रमाणे आपण हरएक देव निर्माण केले आणि त्यांना आता जलसमाधि देण्याची वेळ आली आहे असं माझं मत होत चाललं आहे.–झालंच आहे.''

◆

साधुत्वे दुर्जनो जनः

सुशीला लोणावळ्याच्या क्राइस्ट्स क्रॉस स्कूलमध्ये प्रथम गुरुजनांना व मित्रमैत्रिणींना अत्यंत प्रिय व आदरणीय झाली होती. पण अलीकडे अलीकडे ती वरिष्ठ वर्गांत आल्यापासून काही जणांना तिचे संभाषण व तिचे वर्तनही चमत्कारिक वाटू लागले होते. परंतु पुढे काही दिवसांनी 'अमक्या अमक्या युरोपियन मुलाने सुशीलेजवळ प्रेमाच्या गोष्टी काढल्या व तो तिच्या नादी फार दिवसांपासून आहे, तोही नास्तिक आहे, तिच्या आणि त्याच्या वारंवार कानगोष्टी होतात' अशाप्रकारचे प्रवाद काही शिष्टंमन्य शिक्षकिणींकडूनही मिसेस् स्वीट यांच्या कानावर जाऊ लागले. 'माझं लक्ष आहे, मी चौकशी करत्येच आहे.' असे सांगून मिसेस् स्वीट यांनी ती गोष्ट तेवढ्यावरच ठेविली. त्यांचे लक्ष तिच्यावर होतेच व संभाषणद्वारा त्या तिला योग्य त्या सूचना देतच होत्या; पण अखेर एक दिवस एका नर्सने सुशीला व मास्टर जॉन काफ यांची नांवे घेऊन बराच बोभाटा केल्यामुळे मिसेस् स्वीट यांनी आवडत्या 'पपी' समवेत (कुत्र्यासमवेत) व पतीसमवेत संध्याकाळी डोंगरावर फिरावयास जाताना तिलाही जणू काय सहजच म्हणून बोलावले. सुशीलेने कशाकरीता ते ओळखलेच व आनंदाने, किंबहुना उत्सुकतेने, त्यांच्याबरोबर फिरावयास जाण्याचे कबूल केले. तिला तरी हेच पाहिजे होते; कारण आपल्याबद्दलचा गैरसमज दूर करावा अशी तिचीही इच्छा होतीच.

डोंगर चढून गेल्यावर मिसेस् स्वीटबाईंनी गंभीर स्वराने सुशीलेला म्हटले, "सुशीला, काय आहे प्रकरण तुझ्याबद्दलचं, खरं सांग, मी तुझ्या आईप्रमाणे, आजीप्रमाणे आहे, तूही तसंच मानतेस; तर खरं सांग. जॉन काफचे आणि तुझे संबंध कोणत्या प्रकारचे आहेत ?"

"ते मोहित झाले आहेत व माझ्या नादी आहेत– मजजवळ त्यांनी लग्नाची गोष्टही काढली होती; तुम्हांला ठाऊक आहे, की ते अगदी पोरवयाचे आहेत आणि मी फार मोठी नसले तरी हिंदु विधवा आहे. मला सगळ्या या गोष्टी समजतात. मी

बेजबाबदार रीतीने वागले नाही आणि वागणारही नाही.''

"माझा तुझ्यावर विश्वास आहे– अगदी पूर्ण विश्वास आहे; तू वाईट रीतीनं वागणार नाहीस हे खरं, पण तुझं त्याच्यावर प्रेम आहे का ?''

"लग्न करावं अशा प्रकारचं नाही.''

"मग त्याला तू उत्तेजन देऊ नकोस– आणि एक चुकलं नाही का, की तू माझ्याशी या बाबतीत काही बोलली नाहीस ? नियमांच्या दृष्टीनं नाही मी म्हणत, तुझे नि माझे प्रेमाचे संबंध म्हणून मी बोलत आहे.''

"सांगितलं असतं मी; पण तुम्ही त्या बिचाऱ्याचं नुकसान केलं असतंत,– 'तुम्ही' म्हणजे लोकांनी–म्हणून मी लपवून ठेवू पाहात होते. तो बिचारा सज्जन आहे, त्याचं नाव उगाच बद्दू झालं असतं.''

"तुझं त्याच्यावर प्रेम नाही हे मी ओळखलं होतं; पण कोणी सांगावं काय असेल ते, म्हणून आपलं मी विचारलं. आणि तुला खरं सांगू का–तुझ्या आईबरोबर गेल्या महिन्यांत जो तरुण पुरुष आला होता– 'बळवंतराव' का कोण तो– आणि ज्याची बायको आणि मुलगी नुकतीच मेली म्हणून तुमच्या गोष्टी निघाल्या होत्या– त्याचं तुझ्यावर खरं प्रेम आहे आणि तुझंही त्याच्यावर खरं प्रेम आहे. मी म्हातारी आहे आणि माझी दृष्टी मंद झाली आहे; कानही थोडेसे बहिरे झाले आहेत; पण कोणाचं प्रेम कोणावर आहे हे माझ्या डोळ्यांना अद्यापि ओळखता येतं आणि कानांनाही शब्दांच्या स्वरांवरून समजतं. मी बोलते ते खरं का नाही ?''

"सामान्यत: खरं आहे; पण अगदी पूर्णपणे यथार्थ नाही. सत्याचा त्यांत अंश आहे एवढंच.''

"ते कसं का असेना, तू एका वर्षाच्या आंत येथून जाणार. पुढं तुझी तू मुखत्यार आहेस. इथं आहेस तोपर्यंत जपून वाग. जॉन काफ हा सज्जन आहे हे तुझं म्हणणं बरोबर आहे. त्याचं प्रेम खरं आहे, पण ते टिकाऊ नाही.''

"मी त्याला तेच सांगितलं. त्याच्या नावावर कोटी करून मी त्याला म्हटलं की 'Your life is calf love' त्याबरोबर तो हसला आणि म्हणाला, 'Punning is not proving' मी त्याला काही उत्तर देऊन सगळं हसण्यावारी नेऊ लागले; पण बिचाऱ्याला ते फार वाईट वाटत होतं. But after all he is a sport. He bore it well.''

◆

पाच पत्रे

१.

सोनगांव

सुशीलाबाईस सुनंदाचा नमस्कार. मागे बाळूच्या मुलाचे शोकजनक वृत्त कळविलेच. आता त्याची पत्नीही मुलापाठोपाठ गेल्याचे वृत्त कळवावयाचे आहे. पुष्कळ दिवस ही गोष्ट लिहून कळवावी म्हणत होतो, पण काही तरी निमित्त होऊन लिहिण्याचे लांबणीवर पडत गेले. क्षयादि रोग उत्पन्न करण्यात त्या 'न्यायी' 'दयाघन' देवाचा हेतू काय असेल तो त्याचा त्यालाच ठाऊक !

त्याला मुली सांगून येऊ लागल्या आहेत; चांगल्या मोठ्याही आल्या आहेत. आमच्या कॉलेजांतल्या एका मित्राची बहीण आहे, तिला तो घेऊन माझ्याकडे आला आणि पूर्वीच्या मैत्रीचा फायदा घेऊन मला तो बाळूचे मन वळविण्याबद्दल आग्रह करू लागला. मनुष्य फार चांगला आहे. सगळा समाज बिघडला आहे, सगळे लोक चोर, लबाड आहेत यांना चोप देऊन वठणीवर आणले पाहिजे, असे तो म्हणत असतो. शिवाजीने सुरत लुटले, त्याप्रमाणे काही देशाभिमानी लोकांनी मुंबई, महाबळेश्वर, माथेरान, लोणावळा वगैरे ठिकाणी बंगले बांधून राहाणाऱ्या खुशालचेंडूंना लुटून स्वराज संपादावे अशा गोष्टी तो बोलत असतो. त्याचे मी मागे एकदा असल्या फंदापासून मन परावृत्त केले होते; पण हल्ली तो चिडून गेला आहे. त्याचा मार्ग मूर्खपणाचा आहे; पण समाजाची सुधारणा झाली नाही तर असले लोक निर्माण व्हावयाचेच !

त्याच्या वतीने मी बाळूजवळ गोष्ट काढली. लग्न पुन्हा कर. विधुरावस्थेत राहाण्यात काही अर्थ नाही, मुलगी चांगली आहे, मोठी आहे, वगैरे मी सांगितले. खरे सांगावयाचे, म्हणजे लग्न करण्याबद्दल मी आग्रहही केला. त्याचे मन वळूही लागले होते. देशाभिमानी मनुष्याने लग्न करू नये, कांदाभाकरी खाण्याची सवय करून ठेवून तुरुंगात जाण्याचे शिक्षण घ्यावे, अशा प्रकारची माझी लहानपणी मते होती आणि दोन दिवस मी तसा प्रयत्नही केला होता. (आता त्याचे हसू येते !) पण

माझी मते आता बदलली आहेत. विवाह देशाभिमानाच्या आड येत नाही, आपले मनच कच्चे असते, असे आता माझे मत झाले आहे. बाळू तर पहिल्यापासूनच समतोल बुद्धीचा. विवाह करावयाचा नाही वगैरे फंदातला तो नाही. विवाह पुन्हा करण्यास तो तयार आहे; परंतु 'सध्या नको' म्हणतो एवढेच.

माझे ठीक चालले आहे. जगातील आपत्ति-विपत्ति पाहून मन भांबावून जाते. माणसे एकत्र येतात काय, सर्वच पोरखेळ वाटतो. पण हा खेळ तरी कसला ? देवाचा खेळ होतो, पण आमचा जीव जातो !

उत्तराची अपेक्षा नाही. भेटीअंती बोलू. बाकी बोलावयाचे आहे काय ? आणि तू तरी असल्या प्रसंगी काय बोलणार ?

तुझा बालमित्र,
सुनंद

२.

क्राइस्टस् क्रॉस स्कूल, लोणावळे
रविवार

सुनंदरावांची आपल्या- म्हणजे तुमच्या- लग्नाविषयी मला पत्रे आली होती; पण इतके दिवस त्यांना उत्तर लिहिण्याचे मी टाळीत होते. सुनंदरावांचे मनातून मित्राचे व मैत्रिणीचे कार्य साधून एका धोंड्याने दोन पक्षी मारावयाचे होते; पण सुनंदरावांचे कोणते कार्य उत्तम साधले आहे, तर हे साधणार ? सद्धेतु विफल होण्याचा त्यांचा हा पहिलाच अनुभव नाही !

आपले लग्न होणे शक्य नाही व इष्ट नाही असे सध्या तरी माझे मत आहे. (आडपडदा न ठेवता एकदम सरळपणे व स्पष्टपणे या बाबतीत बोलावे असे माझे मत होत चालले आहे व ते मी आचरणातही आणते आहे; हे यावरून दिसून येईलच.) कारणे अशी:- विवाहव्यवस्था व एकंदर सर्व समाजव्यवस्था या बाबतीत माझी मते चमत्कारिक (म्हणजे सरळ व चांगली; पण लोकांना चमत्कारिक वाटणारी)- अशी होत आहेत. आपणाला ती ठाऊक आहेत, काही अशी पसंत आहेत; पण आपण ध्येय आणि वस्तुस्थिति, भविष्य आणि वर्तमान, यांचा मेळ घालू पाहणारे आहात. मलाही तेच पाहिजे आहे; पण मेळ घालणे साधणार नाही असे वाटते. वस्तुस्थितिरुपी शिलेतून ध्येयमूर्ति हळूहळू उत्पन्न करणे हे आपले ध्येय आहे. आपले वर्तनही तसेच आहे. पण मला आतून असे वाटते की, अन्तिम ध्येय एकदा शब्दरुपाने का होईना शुद्ध स्वरुपात जगापुढे यावे.

ध्येयाचे सगुण, जिवंत, हलते-खेळते रूप पाहण्याचे आपल्या नशिबी नसले तरी स्पष्ट शब्दचित्र तरी का काढू नये, अशी माझी वृत्ति होऊ लागली आहे. आपण

म्हणणार की, 'शब्द पुष्कळ वेळा घाण करतात. जे करावयाचे ते करावे; बोलण्याने बिघाड होतो.' मलाही पटते; पण आपला हा 'योग'– हे 'कर्मसु कौशल'–मला साधत नाही.

शिवाय, (आणि पुनर्विवाह न करण्याचे हेच खरे कारण आहे.) मला जे बोलून टाकावेसे वाटत आहे, माझे अवतारकृत्य म्हणून जे मला वाटत आहे– ते सुपरिणामकारी होण्याकरिता माझे वर्तन माझ्या दृष्टीनेच नव्हे, तर लोकांच्या दृष्टीनेही अत्यंत शुद्ध असले पाहिजे. मी आपल्याशी पुनर्विवाह केला तर माझ्या मतांची काहीएक किंमत राहाणार नाही. (वास्तविक मतांप्रमाणे मी वागणारी आहे असे त्यावरून सिद्ध होईल; पण लोकांची मन:स्थिति हे मानण्याइतकी उदार नाही.)

आपली बालमैत्रिण

सुशीला

३.

मुंबई, गुरुवार

सुशीलाबाईस आशीर्वाद. मी मुंबईस खादीचे कार्याकरिता आलो आहे. पत्र लिहिण्याची दोन कारणे. आपली सीनियर केंब्रिजची परीक्षा पास होऊन Paul's Prize मिळविल्याबद्दल आपले अभिनंदन करणे हे पहिले कारण. (Paul's Prize हे कशाबद्दल आहे ?)

दुसरे अधिक महत्त्वाचे कारण असे:– माझा बालमित्र बाळू दिवसेंदिवस अधिक अशक्त होत चालला आहे. मलेरिआ, अपचन, रक्तक्षय वगैरी डॉक्टरी निदाने एका अर्थी खरी आहेत; पण एका अर्थी खोटी आहेत. म्हणजे त्यांच्या मुळाशी दुसरे एक कारण आहे. त्याच्याकडे डॉक्टर लोक लक्ष देत नाहीत, त्यांच्या लक्षातही ते येत नाही. वास्तविक ते रोगबीज चांगले मोठे आहे– हा रोगजंतु पाहण्याकरिता सूक्ष्मदर्शक यंत्राची मुळीच जरुर नाही. उघड्या डोळ्यांनी तो दिसतो. माणसाएवढा मोठा आहे, सुंदर आहे. चालतो–बोलतो, हसतो–खेळतो, चांगले– वाईट जाणतो, परीक्षा पास होतो आणि Paul's Prize ही मिळवितो.

तुम्ही आपल्या गावांत आता मुलींची शाळा काढणार हे मागील संभाषणांवरून व पुनर्विवाह करता येणार नाही–आपले वर्तन जुन्या पद्धतीचे असले पाहिजे–हे मात्र मला पसंत नाही. शिक्षणाचे ध्येय साधण्याकरिता व आपली अत्यंत पुढे गेलेली सुधारकी मते लोकांनी विचारात घ्यावीत,– वाह्यात् बाईंची म्हणून त्यांचा उपहास व अवहेलना करू नये– याकरिता आपण परंपरागत, रूढ, संकेतस्वरूप नीतिमत्तेची बंधने पाळली पाहिजेत या म्हणण्यात अगदी सत्य नाही असे नाही; पण धैर्याने आपल्या मताप्रमाणे चालल्यास व विचाराला पटतील अशी नीतिबंधने पाळल्यास

लोक आपली योग्यता कालांतराने ओळखणार नाहीत असे वाटत नाही. 'गावांतल्या लोकांना माझा पुनर्विवाह पसंत पडणार नाही आणि माझे सुविचारप्रसाराचे आणि शिक्षणप्रसाराचे कार्य मागे पडेल' ही तुमची भीति वरकरणी आहे असे मी म्हणत नाही, तर ती स्वतःची फसवणूक आहे. ही आत्मवंचना सोडून द्या, श्रेष्ठ धारिष्ट धरा व बाळूचा जीव वाचवा.

आपल्या उभयतांचा बालमित्र
सुनन्दराव

४

सोनगांव, बुधवार

प्रियमित्र सुनंदराव यांस, सा.न.वि.वि.—

आपले पत्र पावले. आपल्या पत्राचे उत्तर लिहिण्यास उशीर झाला याचे कारण येथे मी प्राथमिक चार व इंग्रजी तीन इयत्तांपर्यंत शिक्षण देणारी शाळा काढण्यात गुंतले होते. कृष्णजन्माष्टमीच्या दुसऱ्या दिवशी शाळा उघडली व म्हणूनच तिला 'नन्दबाल'–शाळा असे नाव देण्यात आले असे लोक मानतात; पण ज्यांचे नांव चिरायु व्हावे असे मला वाटते, असे हे 'नन्द' कोण व 'बाल' कोण हे मी सांगितलेच पाहिजे असे नाही.

पुनर्विवाहविषयक युक्तिवादाबद्दल चर्चा समक्षच करू. सध्या वास्तविक ही सगळीच चर्चा बंद ठेविली पाहिजे,— कारण आई विरुद्ध आहे. तिच्या कानावर कुणकुण गेली तेव्हा 'मी जीव देईन' म्हणून ती म्हणाली ! आता तरी तुमची 'मध्यस्थाची कुशलता' बंद राहील ना ?

आपण खादीकार्य करता– स्तुत्य आहे; पण बायकोचे व मुलाचे आणि मुलीचे कार्य कोण करणार ? बळवंतरावांना आता तुमच्या पत्नीला मदत करणे अवघड वाटते. मी परवाच १०० रु. दिले. आपलेही हाल होताहेत म्हणून ऐकते. ५०० रुपये पाठवीत आहे त्याचा विनियोग आपल्या सुखसोयीकरिता करावा,– खादीप्रचारकरिता करू नये. (या अटीवरच हे दिलेले आहेत.)

वहिनींचे हाल पाहून अर्धवट थट्टेने आणि अर्धवट मनापासून मी तुमच्या नादिष्टपणाची निंदा केली; पण तुमची तरफदारी करून वहिनी म्हणाल्या, "समजत का नाही तुम्ही म्हणता ते ? आणि मुलांबाळांवर माया कमी का आहे ? माझ्यापेक्षा माया अधिक आहे ! पण हल्ली लोकांची कामं करण्याची रीत निघाली आहे ना ! त्याप्रमाणं वागायचं झालं. पहिल्यापासून स्वभाव नादिष्ट आणि त्यातून आता तर गांधी आणि खादी यांचा नाद हा सगळीकडेच झाला आहे. लोकांची कामं करताहेत,

करू द्या. आपल्याला नाही करता येत; त्यांना करू द्या. तुमच्यासारख्या आम्ही शिकलो असतो, म्हणजे आम्ही नसती शाळा काढली ? इ. इ.'' वहिनींचा हा सोशिकपणा, ही भक्ति, ही शान्ति, मला कधी तरी लाभेल काय ?

बळवंतरावांची प्रकृति सुधारत आहे. त्यांनी हल्ली माझ्याकडे येण्याजाण्याचे टाळले आहे. मीही खरे सांगावयाचे म्हणजे टाळते; पण गांठी मधून मधून पडतातच. बाह्यत: हसतो.

आपली बालमैत्रिण
सुशीला

५.
सोनगांव

चिरंजीव सुशीला हीस तिच्या वडिलांचे आशीर्वाद विशेष. यंदा गणेशचतुर्थीला तू येथे नव्हतीस, दसऱ्यालाही नाहीस आणि दिवाळीला तरी येतेस किंवा नाही याबद्दल शंका दिसते. दिवाळीच्या दिवसांत 'तिला' व मला काय वाटेल हे सांगावयास नकोच. तथापि डॉक्टरांची परवानगी मिळाल्याशिवाय येऊ नको. लोणावळ्यास पाऊस फार असतो म्हणून तिला वाटते, की दुखणे उलटेल; पण डॉक्टरांना या सगळ्या गोष्टी कळतात, तरी त्यांच्या सल्ल्याप्रमाणेच वागावे. प्रवासाच्या श्रमाने दुखणे एखादेवेळेस उलटते; तरी असा अविचार करू नये.

तू आजारी असताना असल्या गोष्टी लिहू नयेत; पण कदाचित् तुझ्या मनाला आराम वाटेल आणि आजारही कदाचित कमी होईल म्हणून पुढील हकीकत लिहीत आहे. मधल्या हिंदु-मुसलमानांच्या भांडणांत झालेली सुनंदाची जखम चांगली बरी झाली आहे; पण हिंडतांफिरता येत नाही म्हणून त्याला गाडीत घालून अचलेश्वरीच्या पायथ्याशी असलेल्या महादेवाच्या देवळाकडे हवा खाण्याकरिता नेले. वाटेत त्याने तुझ्या पुनर्विवाहाची गोष्ट तिच्याजवळ काढली. "सुशिलेने पुन्हा लग्न केले तर मी जीव देईन'' असे ती म्हणाली; तेव्हा सुनंदाने एक दीर्घ सुस्कारा टाकला व तो गप्प बसला. काही वेळाने तो मला इंग्रजीत म्हणाला की, "मी आता बोलणार आहे ते सर्व खोटे आहे, ती एक युक्ति आहे, तुम्ही काही वेळ स्वस्थ बसा.'' असे म्हणून त्याने एक लांब सुस्कारा टाकण्याचे नाट्य केले. "इंग्रजीत काय सांगितलंस रे ? सुशीलेचं पत्रबित्र आलं आहे का काय काही ?'' ती उत्सुकतेने त्याला व मला विचारू लागली; पण आम्ही दोघेजण काहीच बोललो नाही. तेव्हां ती अधिकच घाबरली आणि 'काय आहे ते खरं सांगा, लपवून ठेवूं नका' असा आग्रह करू लागली. अखेर जणू काय नाईलाज म्हणून सुनंदा म्हणाला, ''पत्र आलं आहे.

खुशालीचं आहे. प्रकृति सुधारत आहे पण–पण सगळं सांगून काय करायचं आहे ? या गोष्टी आपल्या हातांतल्या नाहीत, जशा व्हावयाच्या तशा त्या होणारच."

"म्हणजे काय ?" तिने विचारले. "पुनर्विवाह करण्याचं ठरवलं आहे की काय ?"

"नाही, नाही. तसं मुळीच नाही. पुनर्विवाह करण्याचं पुढंमागं कदाचित् मोह होईल आणि मग आपली आई जीव देईल या भीतीनं तिनंच आधी आपल्या जीवाचा अंत करून टाकण्याचा बेत केला आहे."

"म्हणजे काय ? जीव का देणार आहे ती ?"

"काय करणार आहे नि काय करणार नाही हे मी काय सांगू ?" सुनंदा म्हणाला. तो आणखी म्हणाला, "या सुशिक्षित मुली ! या काय कुणाचं ऐकणार आहेत ? त्याच आम्हांला आता उपदेश करणार ! मातृहत्येचं पातक करण्यापेक्षा आत्महत्याच केलेली काय वाईट असं ती म्हणत आहे. आणि तिला काय, अफू आणि दुसरी सगळी औषधं ठाऊक ! मनांत आलं तर केव्हांही आत्महत्या करू शकेल ! मुली सुशिक्षित केल्या म्हणजे शिक्षणाचा हा असा उपयोग करतात !" "खरंच का ती आत्महत्या करणार आहे ?" असे तिने पुन्हा विचारले; तेव्हा सुनंदा लुच्चा म्हणाला, (तो इतका नाट्यकुशल असेल असं मला वाटलं नव्हतं !) "अहो, करणार म्हणून काय विचारतां ? दिवस–वार देखील ठरविला आहे तिनं ! बाकी मी तुम्हांला सांगतो आहे या गोष्टी, हेच चुकतो आहे. ज्या गोष्टी व्हावयाच्या असतील त्या होतील ! जीव देण्याचा तुमचा आग्रह तुमच्या दृष्टीने बरोबर आहे आणि तिच्या दृष्टीने तिचाही आग्रह बरोबर आहे; आम्ही तर बोलून–चालून नादिष्ट आणि डोक्यांत काही ना काही तरी खूळ घेऊन बसणारे! आम्ही काय लोकांना सांगणार? आमचे बळवंतराव सांगायचे काही चार शब्द; पण या बाबतीत त्यांनी बोलणे इष्ट नाही! 'भाऊबीजेच्या दिवशी तू शक्य असल्यास ये आणि आपल्या बहिणीच्या देहाला अन्त्यविधी देण्याची ओवाळणी घाल' असं सुशिला लिहिते आहे! यंदाची भाऊबीज चांगली होणार आणि ओवाळणीही फारच उत्तम घालावयाची आहे!" ही शेवटली वाक्ये रडव्या आवाजात जेव्हा सुनंदा थांबत थांबत म्हणाला, तेव्हां मी तोंड फिरविले आणि हसू लपविण्याकरिता तोंडावर उपरणे घेतले. तिला वाटले, की माझ्या डोळ्यांत आसवं आली आहेत ती मी लपवितो आहे, आणि त्यामुळे तिचा दुःखाग्नि इतका भडकला, की वर्णन करता येत नाही! दुःखावेगात ती आता बडबड करू लागली, की "तिचा पुनर्विवाह करून टाका. मी कशाला आड येऊ? आम्हांला काय जुन्या माणसांना समजतं आहे? तिला ज्यांत सुख त्यांत मला सुख" इ.इ.

तात्पर्यार्थ तुला कळलाच असेल. सुनंदाची युक्ति सफल झाली व ती आता

तुझ्या लग्नाला अनुकूल झाली आहे; इतकेच नव्हे, तर आग्रह करू लागली आहे.

उषेचा अभ्यास बरा आहे. ती तुला आता इंग्रजीत पत्र लिहिणार आहे; पण 'Dear Tai' च्या पुढं तिला वाक्यच सूचत नाही; म्हणून कार्ड दोन दिवस तसेच पडून आहे. आमच्या बरोबर गाडीत ती होती. आणि आई रडू लागली तेव्हा तीही भांबावून जाऊन रडू लागली होती !

तुझ्या शाळेचे ठीक चालले आहे. अस्पृश्य मुलांना घेतल्यामुळे काही दिवस गडबड झाली होती; पण आता फार उत्तम मत झाले आहे. सर्व श्रेय बाळूला व सुनंदाला आहे. कळावे, हे आशीर्वाद.

तुझा
तात्या

ता.क.– लग्नाच्या बाबतीत तुझा निश्चय तू कर. माझी मते व माझी वृत्ति ही तुला ठाऊकच आहेत.

◆

लाभमूलानि पापानि

तदनंतरच्या सहा महिन्यांमध्ये सोनगावांत फारच फरक घडून आला होता. तिथे सहसा प्लेग येत नव्हता; परंतु या साली तेथे रोज दहादहा बाराबारा केसीस होऊ लागल्या होत्या. पांढरपेशी ब्राह्मण, गुजर, सोनार, कासार वगैरे मंडळी गावाबाहेर आवशांत किंवा शेतांतल्या पडळीत वगैरे राहाण्यास गेली; पण बाकीच्या लोकांना काही ना काही तरी कारणाने गावातच राहाणे किंवा येणेजाणे भाग पडल्यामुळे पुष्कळच लोक त्या वर्षी प्लेगला बळी पडले. त्यात पुन्हा त्या साली दुष्काळ आला. पाऊस चांगला पडला होता, भाताची पिके सोळा आण्याच्या ऐवजी अठरा आणे आली होती, पण नको त्या वेळेस पाऊस पडून आलेल्या पिकांची नासाडी होऊन गेली होती. प्लेगमुळे गांव अर्धवट ओसाड झालेले. त्यांत पुन्हा दुष्काळ, अशा स्थितीत चोऱ्या, दरोडे इत्यादिकांचा सुळसुळाट न झाला तरच नवल ! आणि खरे पाहिले, तर जेथे सगळेच झांकलेले चोर व दरोडेखोर आहेत तेथे या चोरांना आणि दरोडेखोरांना तरी नांवे कोणत्या तोंडाने ठेवावयाची ! असो.

सोनगांवांत एक एल्. एम्. ॲन्ड एस्. झालेला म्हातारा डॉक्टर व एक एम्.बी.बी.एस् झालेला नवा डॉक्टर, शिवाय एक हॉस्पिटल असिस्टंट आणि चार–पाच गावठी वैद्य आणि दोन हकीम एवढीच रोगचिकित्सक मंडळी. त्यांची अर्थात पोळी पिकली. त्यांनाही दोष देण्याचे कारण नाही,–दोष देणे अन्यायाचे होईल. समाजाची परिस्थिति व रचनाच अशी आहे की, डॉक्टर वगैरे लोकांना अशा वेळी साधतील तेवढे पैसे मिळविण्याची बुद्धि व्हावी. अशीच पेचांत सांपडल्यावर वकिल जर त्याच्यापासून हवे तसे पैसे उकळतो,–गुजर, मारवाडी, सावकार, कुलकर्णी, तलाठी, पाटील, पोलिस शिपाई, फॉरेस्टचे राउण्डगार्ड, मामलेदार,– झाडून सर्व मंडळी जर अडचणीत सापडलेल्या माणसापासून जेवढे पैसे काढता येतील तेवढे काढतात, तर डॉक्टर लोकांनी संधी आल्यावर चार पैसे मिळविले तर त्यांना दोष देण्याचा वरील मंडळींना काय अधिकार ? तेव्हा दोष कोणाला न देता वस्तुस्थिति सांगावयाची म्हणजे ती अशी की, पैशांच्या अभावामुळे पुष्कळ लोकांचे प्राण गेले.

कित्येक बालिकांना वैधव्य आले, याबद्दल तेथले वैद्य व डॉक्टर जबाबदार नसतील (कारण, प्लेगच्या पुढे ते तरी काय करणार ?) पण त्यांनी जर पैशाकडे जरा कानाडोळा केला असता तर एक दोन बालिकांचे तरी वैधव्य मुकले असते असे मानण्याला पुरावा आहे. गरीब मराठ्यांना, महारमांगांना आपली लहानगी मुले जिवापेक्षा प्यारी असतात. पण बिचाऱ्यांच्याजवळ पैसा नसल्यामुळे मुलांना औषधपाणी देखील मिळण्याची पंचाईत पडून मुलांचे हालहाल होऊन प्राण जाण्याच्या वेदना पाहण्याचे त्यांच्या नशिबी येते व त्यांना पुरुन टाकण्याचे सोहाळे पाहावे लागतात ! वैद्य–डॉक्टरांनी सगळ्यांना वाचविले असते असे नाही; पण काही तरी मुले वाचली असती ना ? औषधपाणी आपण देतो एवढे रोग्याच्या वेदना तरी कमी करता आल्या असत्या ना ? सर्व समाजच आपआपल्या परीने व ज्याला जेव्हा संधि येईल तेव्हा इतरांकडून पैसे काढण्याचा प्रयत्न करीत आहे व हा प्रयत्न करीत असता इतरांची काय अवस्था होत असेल याचा विशेष विचार करीत नाही, तेव्हा वैद्य–डॉक्टरांनाच नांवे ठेवणे गैर होईल (आणि त्यांच्यामध्ये जे काही लोभरहित आणि परोपकारी थोर लोक आहेत, त्यांच्यासंबंधाने तर हे अत्यंत अन्यायाचे आणि कृतघ्नपणाचे होईल), पण प्लेगच्या दिवसांत वरील प्रकारचे विचार मनात आल्याशिवाय राहात नाहीत.

आपणाला परिचित असलेल्या सोनागांवकर मंडळींवर या प्लेगचा व दुष्काळाचा परिणाम फारच झाला. सुनंदरावाची दोन मुले गेली. ही अर्थात् पैशाच्या अभावामुळे नाही, कारण सुनंदराव हा जरी गरीब होता तरी पोरांकरिता त्याने बायकोचे दागिने विकण्याचे ठरविले व त्या माऊलीने बिचारीने ते आनंदाने काढून दिले. त्यांच्याविषयी गावात आदर होता आणि त्याचे एक डॉक्टर चांगले स्नेही होते व ते त्याजजवळून विशेष फीही घेत नसत; परंतु गावाबाहेर राहण्यास जायचे म्हणजे पैशाचेच काम असते. शिवाय डॉक्टरने पैसे घेतले नाहीत तरी प्लेगसारख्या आजारात रोगशुश्रूषेच्या उपकरणांना व औषधपाण्याला पैसा लागतोच. पैशाची त्याने कशीतरी व्यवस्था केली; पण एक दिवस अकाली पाऊस येऊन आवशांत जेव्हा गळू लागले आणि आजारी मुलांना ठेवण्या–निजविण्याकरितां झोपडीत सुकी जागा म्हणून राहिली नाही तेव्हा मात्र त्याच्या डोळ्यांतून अश्रू आले ! त्याच्या शेजारीच एका श्रीमंत ब्राह्मण सावकाराचा लहानसा बंगला, गुरांकरितां एक चांगला गोठा व गड्यांकरिता एक गोठ्यासारखीच झोपडी होती. बंगला व हे गोठे रिकामेच होते; कारण हे सावकार आपल्या दुसऱ्या एका लांबच्या शेतावर तेथील हवापाणी चांगले म्हणून राहण्यास गेले होते. या गृहस्थाजवळ कित्येकांनी बंगला राहण्यास मागितला होता; पण त्याने तो रिकामा ठेवला, परंतु प्लेगाने ग्रासलेल्या लोकांना दिला नाही ! कित्येकांनी गोठे तरी द्या असे म्हटले– आणि अशा याचकांमध्ये सुनंदराव होता– पण ही देखील याचना त्या सद्गृहस्थाने मान्य केली नाही ! सुनंदरावाच्या आवशांत गळ लागून

मुले ठिबकणाऱ्या पाण्याने भिजू लागलेली पाहून सुनंदरावाच्या डोळ्यांतून अश्रू आले असे वर म्हटले; पण त्या अश्रूंच्या पाठीमागे दु:ख जसे होते तसा गवाणीतल्या कुत्र्याप्रमाणे वागणाऱ्या त्या ब्राह्मण सावकाराबद्दल रागही होता. पण दु:ख आणि राग दोन्हीही गुंडाळून तो प्राप्तकर्तव्य करू लागला. कर्तव्य करूनही दोन मुलांच्या हालांचे, मृत्यूचे व चितांचे देखावे पाहण्याचे त्याच्या नशिबी आले. पण त्याने सगळे दु:ख व सगळा राग गिळून पुढील कर्तव्याला आरंभ केला व जणु काही आपणाला काही झालेच नाही असे बाह्यत: दाखवून शेजाऱ्यापाजाऱ्यांना त्यांच्या आपत्तीतून सोडविण्याकरिता शक्य ती मदत करू लागला.

बाहेरून काही जरी त्याने दाखविले तरी एकंदर समाजव्यवस्था कोठे तरी बिघडलेली आहे व ती दुरुस्त करून घेतली पाहिजे असे त्याच्यासारख्या विचारशील कर्मयोगी मनुष्याच्या मनात आल्याशिवाय कसे राहील ? ब्राह्मण सावकाराला त्याने इतरांप्रमाणे शिव्या दिल्या नाहीत, कारण एकंदर समाजाची रचना जर स्वार्थावर व लोभावर उभारलेली आहे– स्वार्थ व विशेषकरून द्रव्यलोभ हाच जर समाजाचा पाया, हेच जर समाजवास्तूचे आधारस्तंभ, ह्याच जर समाजमंदिरातील पूजनीय देवता, ह्यांच्या भोवतीच जर बहुतेक सर्व लोक प्रदक्षिणा घालीत आहेत, ह्याच देवतांचे जे अनन्यभक्त त्यांनाच जर बहुतेक लोक वंदनीय व सन्मान्य समजतात, तर त्या सावकाराला दोष देण्याची प्रथम जरी इच्छा झाली व त्याचा प्रथम जरी राग आला तरी विचारान्ती सुनंदरावाला असे वाटले, की त्याला एकट्याला दोषी समजणं व त्याला जनांत नाही तर मनांत दहावीस शिव्या हासडणे म्हणजे आपले स्वत:चे विचारदौर्बल्य प्रकट करणे आहे. विचार केला असता समाजव्यवस्थाच सदोष आहे, म्हणजे ही व्यवस्था (किंवा अव्यवस्था) चालू देणारे आपणही (अप्रत्यक्षपणे नव्हे, तर) प्रत्यक्षपणे सदोष आहो हे सुनंदरावाला पूर्वी वाटतच होते; पण आता या गोष्टीचा मनापासून व उत्कट विचार होऊन त्याला वरील तत्त्व चांगले पटले व तो मनाशी उद्गारला, "सुशीला म्हणते तेच खरं. आपला समाज विष्णु–शंकर इत्यादि देवांची पूजा नावाला आणि बाह्यत: करतो; पण खरी मनापासूनची पूजा द्रव्याची आणि स्वार्थाची करतो. लोकांमध्ये खरा धर्म राहिला नाही, खरी भक्ती नाही, खरेपणा कोठेच नाही. सगळा ढोंगाचा बाजार. या ढोंगाचा स्फोट कोणी तरी एकदा स्पष्टपणे केला पाहिजे. गांधी हे कार्य करीत आहेत पण अजून त्यांची देवाची, धर्माची भाषा सुटत नाही. त्यांचा देवधर्मावर खरा विश्वास असेल, पण लोकांचा नाही. काही लोकांचा असेल, पण हे असे लोक थोडे देवावर आणि धर्मावर विश्वास नसता तद्वाचक शब्द आणि तत्संबंधी दिखाऊ आचार कशाला पाहिजे ? पार सर्व नाहीसे केले पाहिजे सुशीला सडेतोडपणे बोलते ते ऐकलं म्हणजे कसंसंच वाटतं; पण एकंदरीत तीच खरी आहे आणि तिचं बोलणंही शेवटी हितकारक होईल.

आमच्यासारखे गुळमुळीत लोक फुकट आहेत. आमचा गुळमुळीपणा लोकांच्या ढोंगाला उत्तेजन देतो.''

सुनंदराव अशा रीतीने विचार करीत बसला असता बळवंतराव व सुशीला ही त्यांच्याकडे फिरत फिरत आली. या दोघांची कुटुंबविषयक परिस्थिति त्यांच्यापेक्षा अधिक चांगली होती अशांतला भाग मुळीच नाही. बळवंतराव आपल्या शेतावर आवसा बांधून राहिले होते. प्लेगची कोणाला बाधा झाली नाही, पण कोणी दुष्टांनी अपरात्री आवशावर हल्ला करून त्याच्या प्रिय मातेला व पित्याला यमसदनाला धाडले ! हल्ला करणाऱ्या अत्याचारी लोकांच्या हेतूचा अद्यापि पत्ता लागला नव्हता. बळवंतरावालाही जखम झाली होती, पण नशिबानेच तो वाचला. तो ज्या खोलीत निजत असे त्या खोलीत कर्मधर्मसंयोगाने त्याची वृद्ध मातापितरे त्या रात्री निजली होती आणि त्या दरोडेखोरांच्या किंवा अत्याचारी धर्मवेड्यांच्या हत्यारांना ती बळी पडली. पोलिसांचा तपास चालू होता, पण अद्यापि निश्चित असे काही निष्पन्न झाले नव्हते. काही निष्पन्न झाले नसले तरी पोलिसांचा त्रास मात्र निश्चित निष्पन्न झाला होता.

सुशीलेवर असले प्रसंग आले नव्हते. पण जगाची एकंदर स्थिती पाहून– हिंदुस्थानबाहेरील देशांची, हिंदुस्थानची, सोनगांवची व विशेषकरून सुनंदरावांची व बळवंतरावांची स्थिती पाहून– तिची आधीच जहाल असलेली धार्मिक, सामाजिक व राजकीय मते आता अगदी पूर्णपणे ज्वलज्जहाल बनली होती. तिचा शाळा–मित्र मास्टर काफ यांची तिला अलीकडे जी वारंवार पत्रे येत, त्यांनी या ज्वलज्जहालपणाच्या आगीत भरच घातली. काफबद्दल तिला जे खरे वाईट वाटावयाचे ते हे, की हा उच्च तरुण मनुष्य कृत्रिम समाज–रचनेमुळे फुकट चालला आहे. त्याची मते नास्तिक्याकडे झुकत होती व तो जहाल विश्वकुटुंबवादी बनत चालला होता हे सुशिलेला ठाऊक होते. मास्टर काफ याची मते त्यांच्या पालकांना पसंत नव्हती. ते स्वत: टिळेमळा करणारे धर्मध्वजी रोमन कॅथलिक होते ! मास्टर काफला त्यांनी सांगितले, तू आपल्या नास्तिक्याचा व विश्वकुटुंबवादाचा उघड पुरस्कार करण्याचे सोडले नाहीस, तर तुला यापुढे पैसे मिळणार नाहीत. मास्टर काफने अर्थात् या अटी कबूल केल्या नाहीत आणि तो हिंदुस्थानांत अर्धवट बेकार स्थितीत भटकत होता. टिकेटकलेक्टरची जागा त्याला एकदम मिळाली होती; पण त्याच्या उत्साहामुळे व उद्योगामुळे 'रेल्वे कामगार–संघाची' सभासद मंडळी वाढली, संघाचे काम जोराने व नेटाने होऊ लागले आणि अखेर संप पुकारला जाऊन तो यशस्वी रीतीने पारही पडला. पण याच त्याच्या गुन्ह्यामुळे वरिष्ठांनी दुसरी काही तरी सबब काढून त्याला बडतर्फ केले होते आणि तो आता बेकार होता. त्याला पैसे द्यावे किंवा नाहीत असा सुशीलेला विचार पडला. आपणावर प्रेम करणाऱ्याला पैसे पुरविल्यास लोक भलता

अर्थ करतील अशी तिला भीति वाटली. ही भीति दूर सारून तिने एकदा त्याला पैसे पाठवू का म्हणून पत्राद्वारे विचारलेही; पण त्यानेच ते पत्रोत्तरी नाकारले. "पैसे कशासाठी घ्यावयाचे ? जगण्यासाठी ना ? पण कृत्रिम, ढोंगी, अन्यायी खोट्या जगांत जगून करावयाचे आहे काय ? मला तर जीव द्यावसा वाटत आहे. मरण्याच्या आधी तुला एकदा भेटावे अशी इच्छा आहे व भेटेनही तेथपर्यंत पुरण्याइतके पैसे मजजवळ आहेत"– अशा आशयांचे पत्र तिला त्याच्याकडून नुकतेच आले होते. समाजातील क्षुद्र स्वार्थीपणाचा, संभावित ढोंगीपणाचा, स्वयंसंतुष्ट भांडवलशाहीचा, सदाचारहीन धार्मिकतेचा, तिला अगदी वीट व तिटकारा आला होता. ती एरव्ही शान्त, गोड व जुळते घेणाऱ्या स्वभावाची होती. पण सुनंदराव, बळवंतराव व मास्टर काफ यांच्यावर आलेल्या प्रसंगांसारखे प्रसंग पाहून तिच्या अंगाची लाही होत असे आणि तिच्या तोंडून बेफामपणाचे किंबहुना अविचाराने उद्‌गार निघत. आधीच तिची मते समाजात सर्व प्रकारची क्रांति घडवून आणली पाहिजे या दिशेकडे झुकणारी, त्यात पुन्हा असल्या प्रसंगांचा त्यावर आघात झाला, मग काय विचारता ? ते क्रान्तिप्रवण विचार आता दृढ, स्पष्ट, बलवान, अभिनिवेशयुक्त आणि आग्रही बनले. पूर्वीच्या आणि आताच्या विचारांतील भेद एका अर्थी 'प्रमाणभेद' गणण्यास हरकत नव्हती. पूर्वीची मते खडतर अनुभवामुळेच बनलेली होती; पण त्यात थोडा तरी पुस्तकी अंश होता. आता बालमित्रांवरचे प्रसंग व शालेय मित्र मिस्टर काप याच्यावरचा हा प्रसंग, हे पाहिल्यावर आणि त्यांची कारणमीमांसा मनाशी केल्यावर तिला वाटू लागले, की समाजाच्या मुळाशीच कीड लागलेली आहे व ती काढण्याचा प्रयत्न करणे हेच आपल्या जीवितांचे इतिकर्तव्य. 'नवयुगीन विश्वकुटुंबी संस्था' तिने आधीच काढली होती; पण तिचे कार्य अद्यापि जोरात चाललेले नव्हते; किंबहुना ती संस्था केवळ कागदावरच असून प्रत्यक्ष असे कार्य ती काही फारसे करीत नव्हती. पण आता या संस्थेला वाहून घेऊन तत्प्रीत्यर्थ हरतऱ्हेनेच कार्य करीत राहावे, जरूर पडल्यास शाळादेखील दुसऱ्याच्या स्वाधीन करून त्या जबाबदारीतून मोकळे व्हावे, असे तिला वाटू लागले.

बळवंतराव व सुशीला ही आवशांत शिरली, त्याच्या मिनिटभर आधी सुनंदरावांच्या पत्नीने प्लेगच्या तडक्यांतून उरलेल्या आपल्या मुलीला पतीजवळ दिले होते व ती आता घागर व कळशी घेऊन दूरच्या विहिरीचे पाणी आणण्यास चालली होती. पाहुणे मंडळी आली म्हणून ती जरा थबकली; पण सुशीलाच म्हणाली की, "पाण्याला का जाता ? चला, मी पण येत्ये, द्या एक मला घागर." सुनंदरावांच्या पत्नीने "तुम्ही कशाला येता ? तुमची का ही कामे आहेत; आमच्या नशिबी हीच कामे आहेत; आम्ही आपल्या करतो ती–" असे–तसे सद्‌भावानेच पण नैराश्यपूर्ण

अंत:करणाने सांगितले. पण सुशीलेने आपणच तेथेच बाजूला असलेली एक घागर उचलली आणि मग त्या दोघी काही वेळ प्रेमाचा शाब्दिक कलह करून विहिरीवर पाणी आणण्याकरिता गेल्या. सुनंदराव बळवंतरावापाशी विशेष काही बोलला नाही; कारण लहान मुलीला उगी करण्यांत त्याची चतुराई सगळी खर्च होत होती. बळवंतरावाने तेथे पडलेला 'केसरी' प्रथम चाळला आणि नंतर 'टाइम्स' उघडून तो वाचू लागला व मधून मधून काही मथळे मोठ्याने वाचून त्यावर काही विनोद अगर उपरोधिक किंवा आश्चर्यसूचक उद्‌गारात्मक टीका तो करीत होता. काही वेळाने विहिरीवर गेलेल्या दोघी बायका आल्या. एकीने चूल पेटविली व दुसरी स्त्रीसाम्राज्य व पुरुषसाम्राज्य यांच्या दरम्यानच्या क्षेत्रात बसली.

"मला मुलं फार होताहेत, त्यांचं पुढे कसं होणार अशी तुम्हांला काळजी होती ना सुशीलाताई ? आता झाली ना निवारण !" सुनंदराव म्हणाले. सुशीलेने काही उत्तर दिले नाही. अशा वेळी अशा प्रकारचा विनोद करणाऱ्यापैकी ती नव्हती. बळवंतरावालाही तो विनोद रुचला नाही. त्याचा सुनंदरावाच्या बायकोवर काय परिणाम होईल हे अगोदर मनश्चक्षूंना व लगेच चर्मचक्षूंनाही दिसून येऊन तो आपल्या मित्राच्या अकाल–विनोदी स्वभावाची कीव करू लागला. आपली बायको रडू लागलेली पाहून सुनंदराव ओशाळला व म्हणाला, "औदासीन्याचे पटल कोणीकडून तरी घालवावे म्हणून मी असला अघोरी विनोद करण्याचा प्रयत्न केला, पण करायला जावं एक आणि व्हावं भलतंच अशी माझी नेहमीचीच स्थिती आहे ! त्यात आश्चर्य काहीच नाही."

या बोलण्याने औदासीन्याची छाया सर्वत्र अधिकच पसरली. इतकी की, त्या दिवशी बळवंतराव व सुशीला यांनी जे बोलण्याचे योजून ठेविले होते ते न बोलताच ती उभयतां आपआपल्या आवशांवर परत गेली. दुसऱ्या दिवशी परत सुनंदरावाकडे आल्यावर त्याच्या पत्नीच्या शोकात्मक स्थितीत तेथे खरे संभाषण व्हावयाचे नाही असे ओळखून त्यांनी त्याला 'अचलेश्वरीला चला जाऊ' असे म्हणून बाहेर काढले व तेथे जाऊन स्वत:ची स्थिति पार विसरून जगाच्या उलाढालीच्या गोष्टी ते बोलू लागले व हरतऱ्हेच्या सामाजिक, नैतिक व धार्मिक सुधारणा सहकारितेने करण्याची प्रतिज्ञा त्यांनी त्या संध्याकाळी केली !

◆

ज्या जगात खरा न्याय नाही –

''तुमची ही विश्वकुटुंबी संस्था ठीक आहे; पण अजून काही खात्री पटत नाही.'' विनायकराव एकदा वाचकांच्या परिचयाच्या सोनगांवकर मित्रत्रयाला म्हणाले. ''आपल्या इकडे 'वसुधैव कुटुंबकम्' सगळ्या जगाला आपले कुटंब मानावे हे तत्त्व जुने आहे; पण तुमचा अलीकडचा विश्वकुटुंबवाद दिसण्यात सारखा पण अगदी भिन्न आहे. तुम्ही खाजगी मालमत्ता मुळी मानीतच नाही. आमची सर्व समाजरचना खाजगी मालमत्तेवर उभारलेली आहे. आम्ही एवढेच म्हणतो की, आपल्या मालकीचे जे असेल त्याचा आपण सद्व्ययच करावा म्हणजे अडचणीत असलेल्या आपल्या बंधुभगिनींना मदत करण्याच्या कामी त्याचा उपयोग करावा. आपल्या समाजाचा पाया कुटुंब, तुम्ही कुटुंबव्यवस्थेवरच घाला घालता.''

''कबूल'' त्यांची मुलगी सुशीला म्हणाली. ''तुम्ही म्हणता ते सगळे कबूल; पण आमच्या मनात वाईट काय आहे ? तुम्ही भेद दाखविलात तो खरा आहे; पण जुन्या विश्वकुटुंबवादापेक्षा नवा विश्वकुटुंबवाद अधिक चांगला आहे असं आमचं म्हणणं आहे; त्यात चुकीचं काय आहे ते सांगा.''

''सांगतो आता काय चुका आहेत त्या'' विनायकराव बोलू लागले.

''तुमची इथली संस्था अत्याचारी नसेल, अत्याचाराचा पुरस्कारही करीत नसेल; पण तुमचे युरोपमधले थोरले भाऊ आणि तिथल्या थोरल्या भगिनी अत्याचाराने देखील समाजव्यवस्थेत क्रांति घडवून आणावी असे म्हणतात. ही झाली पहिली चूक. ही क्रांति एकदम घडवून आणावी असं ते म्हणतात ही दुसरी चूक. ही क्रांति आपल्या मताप्रमाणे असावी, सर्व लोकांना विचारण्याची जरूर नाही आणि त्यांना पसंत पडेपर्यंत वाट पाहण्याची मुळीच जरूर नाही असं ते मानतात ही त्यांची तिसरी चूक; आणि तुमचे सिद्धान्त इतिहासाच्या शिकवणुकीला सोडून आहेत असं नाही तर एकंदर मनुष्यस्वभावाला–मानसशास्त्राला–सोडून आहेत, ही सर्वांत मोठी चूक.''

''मनुष्यस्वभाव ही एक स्थिर, नित्य वस्तु आहे असं मानण्यात जशी तुमची एक चूक होते आहे,'' सुशीला म्हणाली, ''– तशी दुसरी चूक अशी होते आहे,

की मनुष्यस्वभाव केवळ स्वार्थी, आपमतलबी, कामैकप्रेरित, अधिकारलोलुप असं सामान्यत: मानण्यात येते. मोठमोठे लोक देखील पुष्कळदा असंच म्हणतात. पण मनुष्यात उच्च प्रवृत्ति आणि मनोवृत्तिही आहेत. त्याला स्वार्थ प्रिय असेल; पण 'स्व' मध्ये तो कुटुंबाचा– देशाचा– मनुष्यजातीचाही समावेश करताना आढळतो. स्वार्थाबरोबर त्याला परमार्थही प्रिय आहे. स्वार्थ बहुधा प्रबळतर होतो; पण परार्थही कित्येक वेळा प्रबळतर होऊ शकतो. शिवाय ज्ञानाने व अनुभवाने खरा स्वार्थ आणि परार्थ यांचा अविरोध जसजसा दिसून येऊ लागतो, तसतसे स्वार्थप्रवृत्ति व परार्थप्रवृत्ति यांमध्येही साहजिकच अविरोध उत्पन्न होऊ लागतो. उदाहरणार्थ, शेजारच्या घरी प्लेग झाला म्हणजे आपल्या घरीही प्लेग होण्याचा संभव आहे ही जाणीव एकदा तीव्रतेने उत्पन्न झाली, म्हणजे शेजारीदेखील प्लेग होऊ नये अशाबद्दल लोक दक्ष होऊ लागतात, असा आजकाल आपण अनुभव पाहतोच आहोत. कालमानाप्रमाणं हरतऱ्हेच्या यांत्रिक व इतर सुधारणा होत आहेत; लोकांमध्ये ज्ञानवृद्धी होत आहे; लोक इतके दिवस निजले होते ते आता जागे झाले आहेत; व्यक्तिव्यक्तींचे व राष्ट्राराष्ट्रांचे हितसंबंध एकमेकांस निगडित झाले आहेत याची जाणीव उत्पन्न होऊन दुसऱ्याचं हित किंवा अनहित ते वस्तुत: आपलेही हित किंवा अनहित ते वस्तुत: आपलंही हित किंवा अनहित हे अनुभवान्ती व्यक्तिंना व राष्ट्रांनाही चांगलं कळू लागलं आहे; संशयी, स्वार्थी, कलहात्मकवृत्ति शेवटी आपल्यालाच घातक होते हे तत्त्व पटू लागलं आहे. विश्वासानं विश्वास वाढतो व मनुष्य विश्वासार्ह होतो, तसंच प्रेमानं प्रेम वाढतं आणि मनुष्य प्रेमार्ह होतो व तत्त्वाचाही अनुभव अनेकांना अनेक क्षेत्रात येत आहे,– अशा स्थितीत भविष्यकाळी विश्वकुटुंबवाद लोकांना पटेल व तो त्यांना चांगलं यशही देईल असं का मानू नये ?"

"का मानू नये याचं उत्तर असं, की यश येईलच खास, अशी खात्री करून देणारा निश्चयात्मक प्रबळ पुरावा नाही." विनायकरावांनी उत्तर दिले.

"नसेल, पुरावा नसेल," सुनंदराव म्हणाले, "पण पूर्वीच्या 'समाव्यवस्थे'नं आतापर्यंत अव्यवस्थाच माजविली ही तर गोष्ट खोटी नाही ? आताच्या समाजव्यवस्थेला काय मोठंसं सुयश मिळालं आहे तर आम्ही अपयशाला भ्यावं ! आतापर्यंत इतिहास म्हणजे कलह, मारामाऱ्या, खून यांचाच बराचसा इतिहास. लढायात आणि युद्धांत शत्रूचा जीव घेणं म्हणजे वास्तविक खून करणं होय; पण हे खून प्रतिष्ठितपणाचे, कायदेशीर आणि मोठ्या प्रमाणावर आणि पुष्कळ वेळा अप्रत्यक्ष असतात म्हणून त्यांना खून म्हणायचं नाही इतकंच. दुसरं असं, की हल्लीच्या समाजव्यवस्थेत कोण सुखी आहे, तर आमच्या विश्वकुटुंबी समाजामुळं दु:ख ओढवेल म्हणून आम्ही चिन्तातुर व्हावं आणि सदाशा आणि सदुद्योग सोडून देऊन आहे त्या स्थितीत समाधान मानावं ? हल्लीच्या समाजात– हिंदुस्थानांतल्याच नव्हे, तर कोठल्याही

समाजांत– मजूर संतुष्ट नाहीत, मालक नाहीत, कारकून नाहीत, शिक्षक नाहीत, मध्यमवर्ग नाही, सरदार नाहीत, व्यापारी नाहीत, कारखानदार नाहीत,– कोणीच नाही. हल्लीच्या समाजव्यवस्थेत तरुण मुलगे असंतुष्ट, मुली असंतुष्ट, स्त्रिया असंतुष्ट, पुरुष असंतुष्ट, जो तो मनांत झुरतो आहे, समाधान कोणालाच नाही. प्रत्येकजण इतरांना दोष देतो आहे आणि आपल्या अपयशाचं किंवा दु:खाचं खापर फोडण्याला शेजाऱ्यापाजाऱ्यांची किंवा आप्तसंबंधी लोकांची डोकी मिळाली नाही तर समाजाच्या डोक्यावर हे खापर तो फोडतोच– नाही तर निदान 'दैव' किंवा 'देव' यांची डोकी केव्हांही आणि कोणालाही आपण कोठेही खापर फोडण्याच्या या कामाला उपलब्ध आहेतच ! आजच्या समाजात गरिबांना अन्न नाही आणि श्रीमंत अजीर्णानं आजारी पडत आहेत ! वयाच्या साठसत्तर वर्षांपर्यंत घाम येईतो रोज काम करून समाजाची सेवा केली तरी म्हातारपणी अन्नाशिवाय व औषधपाण्याशिवाय काहींना मरणाची पाळी येते, तर काहीजण 'गर्भश्रीमंत' असून काही एक काम नाही म्हणून जगभर उगीच भटक्या मारीत असतात ! असे एक का दोन, लाखो प्रकार. या समाजरचनेला व्यवस्था कोण म्हणणार असेल तो असो; मला तर हा सावळागोंधळ वाटतो. देवाने केलेली ही रचना नव्हे, तर हा एक पोरखेळ आहे. मन सुसंस्कृत करण्याचं हे मंदिर नाही, तर ढोंगसोंग आणि हलकटपणा शिकविण्याची ही शाळा आहे. हल्लीच्या समाजाच्या कोशात गरिबी म्हणजे 'पाप', श्रीमंत म्हणजे 'सर्वगुणसंपन्न', बळी तो कान पिळी हा 'न्याय', सरकारच्या चुका सडेतोडपणे दाखविणं हा 'राजद्रोह', निरपराधी लाखो लोकांचा राजरोस खून पाडणं म्हणजे 'युद्ध चालविणं', लोकांना फसविणं म्हणजे 'मुत्सद्देगिरी', ढोंगं करून बाह्य शिष्टाचार पाळणं म्हणजे 'सभ्यता', आणि देव, स्वर्ग, श्रुतिस्मृति इत्यादी शब्द उच्चारणं, टिळेमाळा करणं आणि ज्याच्यावर श्रद्धा आहे असं सांगणं किंवा भासविणं म्हणजे 'धार्मिकता' ! या कोशांतले हे अर्थ आमच्या सारख्यांना अमान्य आहेत. आम्हांला वाटतं, की खाजगी मालमत्तेची, दिखाऊ धर्मश्रद्धेची आणि ढोंगी शिष्टाचारांची खुळं एकदा मोडली म्हणजे समाजाला सत्याची भाषा समजू लागेल आणि ती भाषा तो वापरू लागेल, आणि खऱ्या विचारविनिमयाचा, अन्योन्य साहाय्याचा आणि सात्त्विक आनंदोपभोगाचा मार्ग मोकळा होईल.''

सुनंदरावाचे हे एक उत्साहपूर्ण भाषण आणखी कदाचित् दोनचार मिनिटे चालले असते; पण बाहेर कोणी Mr. Calf नांवाचा युरोपियन गृहस्थ सुशिलाताईला भेटण्यास आला आहे आणि त्याने हे आपल्या नांवाचे कार्ड दिले आहे असे उषेने येऊन सांगितल्यामुळे ते भाषण व अर्थात नंतरचे संभाषणही तेथेच थांबले आणि सुशिला मिस्टर काफला भेटण्याकरिता बाहेर गेली 'गुड् ईवनिंग' वगैरे झाल्यावर त्याला घरात आणून त्याची व तेथे जमलेल्यांची सुशीलेने प्रत्यक्ष ओळख करून

दिली. 'काफ' चे नांव आणि त्याचा स्वभाव वगैरे सर्व त्यांना माहीत होतेच; कारण सुशीलेने त्याच्या कितीतरी गोष्टी त्यांना सांगितल्या होत्या. आज त्याची प्रत्यक्ष ओळख होण्याचा योगायोग आला एवढेच.

चहापान वगैरे झाल्यावर ती काफबरोबर अचलेश्वरीकडे हिंडण्यास गेली. बळवंतराव व सुनंदराव किंचित तिकडेच फिरण्याकरिता निघाले आणि अचलेश्वरीच्या डोंगराच्या माथ्यावर जाऊन सुशीला व काफसाहेब कोठे आहेत हे पाहण्याकरिता दृष्टी टाकतात तो त्यांना एक विलक्षण दृश्य दिसले !

हे दृश्य म्हणजे काफसाहेबाने सुशीलेचे हात आपल्या हातांत घेतले आहेत व ती दोघेजण अगदी जवळ बसून अत्यंत सलगीने बोलत आहेत ! बळवंतरावाला आपले डोळे फसवीत तर नाहीत ना असा प्रश्न पडला ! सौजन्याची मूर्ति म्हणून जिला आपण समजत होतो तीच का ही सुशीला, असे त्याने आपल्या मनाला विचारले. ही विचारपरंपरा आणखी चालली असती; पण इतक्यांत सुशीला खिशावर हात ठेवून नको नको म्हणून म्हणत असता काफने पिस्तुल काढले व एकदम ते आपल्या छातीवर रोखून त्याने स्वत:चा प्राण घेतला !

"काय आहे प्रकरण हे ?" सुनंदरावाने पुढे जाऊन सुशीलेला विचारले. सुशीलेने उत्तर दिले, "स्वार्थी, अन्यायी भांडवलशाहीनं आणि समाजव्यवस्थेनं घेतलेला हा बळी ! 'या अन्यायी जगाला मी कंटाळलो आहे आणि आत्महत्या करणार आहे,' असं काफनं मला नुकतंच पत्र लिहिलं होतं. अविचार करू नकोस म्हणून मी त्याला लिहिलं होतं; पण जगातील मूर्खपणाच्या आणि लुच्चेगिरीच्या व्यवहाराकडे आणि धर्माच्या नावाखाली होणाऱ्या अधर्माकडे पाहून त्याचं मन जगाला अगदी विटलं, आणि मनाचा निश्चय करून अखेरची माझी भेट घेण्याकरिता तो मुद्दाम इथं आला आणि घटकाभर मन मोकळं करून बोलून अखेर मी नको नको म्हणत असता त्यानं हा प्रकार केलाच ! जगाचा 'व्यवहार' आणि 'धर्म' आणखी असे किती बळी घेणार, कोणास ठाऊक !"

"माझ्या मृत्यूसंबंधी खरी हकीगत कळावी अशी ज्यांना इच्छा असेल त्यांना– मी खाली सही करणार काफ असे सांगतो, की मी दोनचार दिवसांत आत्महत्या करून घेणार आहे, आत्महत्या, करण्यापूर्वी सोनगांवास जाऊन तेथे सुशीला नांवाच्या एक सच्छील स्त्रीस शेवटची भेट द्यावी अशी प्रबल इच्छा होत असल्यामुळेच मी तेथे जाणार आहे व बहुधा तेथेच पिस्तुलाने आपल्या जीवाचा अंत करणार आहे. तरी या बाबतीत त्यांना कोणी नाहक त्रास देऊ नये."

"आत्महत्या करण्याची कारणे अशी, की मला या जगांतील अन्यायाचा वीट आला आहे– ओकारी आली आहे. या अन्यायाच्या मुळाशी स्वार्थ आहे. स्वार्थाच्या

मुळाशी 'खाजगी मालमत्ता' हे एक कारण, 'स्व' चा अर्थ आकुंचित करणे हे दुसरे कारण, 'अर्थ' या शब्दाचाही विपरीत अर्थ करणे हे तिसरे कारण. खाजगी मालमत्तेची इतके दिवस उपयुक्ततता असेल,–होतीच, पण आता या प्रकारची उपयुक्तता दिवसेंदिवस कमी होत जाणार. 'स्व' चा अर्थ व्यापक केला तर सबंध जग स्वकीय वाटू लागेल व विश्व हे आपले कुटुंब असे मानल्यावर 'स्वार्थ' फारसा घातुक होणार नाही. 'स्वार्थ' घातुक होतो यांचे एक कारण 'स्व' चा अर्थ मर्यादित करणे. ते कारण वरीलप्रमाणे दूर झाले आणि 'अर्थ' शब्दाचाही 'पैसा, मालमत्ता' असा जो मर्यादित व चुकीचा अर्थ करतात तो बदलून ज्याच्या योगाने मनाला खरा सात्त्विक आनंद होतो किंवा होईल, जे मनाला खरी प्रसन्नता देईल, जे अंतरात्म्याला शान्ति देईल तो माझा 'अर्थ' असा जर अर्थ रूढ होईल, तर 'स्वार्थात' विशेष काही किल्मिष राहाणार नाही.

''परंतु ही तत्त्वे लोकांना लवकर पटण्याची मला आशा नाही. पटणार आहेत असे मला वाटते; पण माझ्या हयातीत पटणार नाहीत माझा स्वभाव उतावळा, भावनात्मक आहे. हा माझा दोष आहे हे मला ठाऊक आहे; पण स्वभावाला औषध नाही म्हणतात तेच खरे. समाजाची पुढे विश्वकुटुंबी व्यवस्थेच्या दिशेने व्यवस्था लागावयाची आहे हा विचार मनाला एक प्रकारे समाधान देत असेल आणि या दिशेने प्रयत्न करून सदर सुधारणेला आपल्या परीने हातभार लावणे हे माझे कर्तव्यकर्म आहे असे जरी मला वाटत असले, तरी आज स्वत:च्या बाबतीत अनुभवीत असलेल्या आणि जगांत सर्वत्र दिसत असलेल्या अन्यायांकडे पाहून माझ्या मनांत परस्परविरुद्ध अशा तीव्र भावनांचा खेळ सुरू होतो. रागाने एकदा तळपायाची आग मस्तकाला जाते तर लगेच हातपाय थंड पडतात; एका क्षणी समाजाचा तिटकारा येतो तर दुसरे क्षणी त्याच्या मूर्खपणाचे हसू येते; आता अन्याय–प्रतिकारार्थ अतिशयित व कल्पनातीत उत्साह उत्पन्न होतो, तर कालान्तराने नैराश्याच्या दरीत मी दडून बसतो ! विवेक मला तारतम्याचा व आत्मसंयमनाचा उपदेश करतो; पण विवेकाचे शब्द भावनांच्या गोंधळात आणि गोंगाटांत ऐकू येत नाहीत. माझे मला हे सर्व समजत आहे तरी एकंदरीत आता जगण्यात काही अर्थ नाही असा माझा निश्चय झाला आहे.

''सुशीलेवर माझे निरतिशय प्रेम होते. ती आणि मी जर विवाहबद्ध होऊ शकलो असतो, तर जगांतील विषमतेच्या आणि अन्यायांच्या उन्मूलनार्थ आम्ही उभयंतांनी जिवापाड श्रम केले असते– जीव वेचले असते– कशाचाही पर्वा केली नसती. पण आमची भिन्न कातडी, आमचे भिन्न धर्म, आमच्या विवाहाच्या आड आली ! शिवाय तिचे मन माझ्यापेक्षां दुसऱ्यावर अधिक जडले आहे असे दिसते. (इतर कोणत्याही बाबतीत ती माझ्याशी खुल्या दिलाने बोलत असे; पण या बाबतीत

मात्र एक प्रकारचा संकोच तिच्या बोलण्यात दिसे, म्हणून मला निश्चित काही सांगता येत नाही.) कसेही असले तरी माझ्या नशिबी तिच्याशी विवाह करण्याचे सौख्य नाही. तिच्याशी सहकार्य करण्याचे माझ्या भाग्यांत नाही, कारण समाजाच्या कृत्रिम भेदांनी तेही अशक्यप्राय केले आहे. माझा आत्महत्येचा निश्चय हा प्रेमभंग व तज्जन्य नैराश्य यामुळे उत्पन्न झाला असेल व प्रथम दिलेली कारणमीमांसा चुकीची असेल. कदाचित दोन्ही मीमांसा खऱ्या असतील. दोन्ही प्रकारच्या नैराश्यांनी माझा निश्चय झाला असेल. कसेही असले तरी निश्चय कायम.''

"जन्माला येऊन अनेक दुर्भाग्यांचा अनुभव मी घेतला; पण सुशीलेच्या संगतीचा लाभ काही वर्षे मिळाला ही त्यातल्या त्यांत समाधानाची गोष्ट आहे. तिचा मोकळा, निष्कपटी स्वभाव, तिचे आत्मसंयमन, तिची ध्येयनिष्ठा, इत्यादी गुणांचा माझ्या मनावर फार परिणाम झाला. तिने मला पुष्कळ सुधारले, माझी पाशवी वृत्ति तिने संयमित केली व या वृत्तीला चांगले वळण लावले, हे तिचे उपकार आहेत. आत्महत्येपासून परावृत्त करण्याचा तिने मला पुष्कळ उपदेश केला आहे– पण या बाबतीत मात्र मी तिला यश देणार नाही. कारण ज्या जगात खरी नीति नाही, खरा धर्म नाही, खरा न्याय नाही, त्या विषम निर्घृण जगात जगण्यापेक्षा आत्महत्या करून या घातुक प्रकाराकडे जगाचे लक्ष वेधावे, असे वेड माझ्या मनाने घेतले आहे. हे खरेच 'वेड' असेल; पण असले तरी आता पर्वा नाही, नसले तरी आता त्याचे विशेष कौतुक नाही.''

"माझ्याबद्दल सुशीलेला खरे वाईट वाटेल. तिला दुःख दिल्याबद्दल तिची क्षमा मागून व तिचे ज्याच्यावर प्रेम असेल त्याच्याशी तिचे लग्न होऊन त्याच्या सहकार्याने तिने काढलेल्या विश्वकुटुंबी संस्थेचे कार्य दिवसेंदिवस प्रगत होवो, एवढी ईश्वराजवळ मागणी करून (आता मी ईश्वर मानीत नाही, पण सवयीमुळे जी भाषा वापरून गेलो ती बदलीत नाही.) व अधिक विस्तार करता सुशीलेची पुन्हा एकदा आठवण करून हे पत्र संपवितो.''

जोसेफ काफ
(काफच्या खिशांत सापडलेले पत्र)

◆

आम्ही नास्तिक का तुम्ही नास्तिक?

नवयुगीन विश्वकुटुंबी संस्थेचे कामही बरे चालले होते. काम म्हणजे अर्थात् सभा भरवून लेख वाचणे, व्याख्यान करणे व नंतर चर्चा करणे एवढेच होय. या सभेचे सभासद–मालक–चालक पहिल्यापासून आणि आतापर्यंतही तिघेच होते. अर्थात् सुशीला, बळवंतराव व सुनंदराव हेच हे तिघे. बाकीचे सर्व श्रोते, वक्ते, उपवक्ते किंवा प्रश्न विचारणारे असत. सभा महिन्यामहिन्यांनी होत असत. श्रोतेमंडळी प्रथम थोडी असे; पण सुशीलेची चमत्कारिक भासणारी मते तिच्या तोंडून ऐकावी व जमल्यास टाळ्या वाजवून किंवा मध्येच ओरडून किंवा खाकरून किंवा तेवढी अक्कल असल्यास एखादी बरीवाईट शंका विचारून किंवा तेवढा धाडशी वात्रटपणा अंगी असल्यास सामान्य लोकांना हास्यकारक व समंजस लोकांना हास्यास्पद असा काहीतरी वितंडवादाचा सवाल टाकून, घटका दोन घटका मौजेत वेळ घालविण्याकरिता त्या सोनगांवातही पुष्कळ म्हणजे ६०–७० लोक जमत असत.

अशाच एका प्रसंगी सुशीलेचे भाषण–

"आम्ही नास्तिक का तुम्ही नास्तिक ?"

या विषयावर एका रविवारी झाले. व्याख्यानानंतर खुल्या दिलाने पाहिजे तो प्रश्न विचारण्यास सगळ्यांना पूर्ण मुभा होती. "लोकांना न रुचणारी मते उघडपणे लोकांपुढे प्रतिपादण्याची मुभा जर आम्हाला आहे, तर लोकांनाही तत्संबंधी प्रश्न व शंका विचारण्याची मुभा ठेवली पाहिजे आणि ती ठेवलीही आहे; इतकेच नव्हे, तर प्रश्न व शंका विचारण्यात आल्यास आम्हाला आनंदच आहे. कारण या मार्गानेच सत्य कळेल, पटेल व पसरेल असा आमचा कृतनिश्चय"–असे व्याख्यानाच्या जाहीर आमंत्रणातच म्हटले होते. अर्थात् नेहमीपेक्षा आज जास्त गर्दी होती. काही बायकाही आल्या होत्या. शाळेतील मुलगे–मुली येत होत्या; पण त्यांना आत घेण्यात आले नाही. शाळेत न जाणारे उनाड पोरगे, टारगे, कोडगे, हे सगळे स–मित्र, स–मंत्र व सायुध हजर होतेच! गावातले एक प्रतिष्ठित व सज्जन वकील अध्यक्षस्थानी होते, ही या लोकांना मोठी आपत्ती वाटत होती. बळवंतराव अध्यक्ष

असते म्हणजे त्यांची व सुशीलेची एकदम रेवडी उडविण्याची चांगली संधी सापडली असती, ती या योजनेने अशक्य झाली! व्याख्यानाला सरकारी रिपोर्टरही आले होते. विश्वकुटुंब संस्थेसंबंधाने सरकारात काही गैरसमज होऊन सदर संस्थेच्या चालकांना तुरुंगात घालण्याचे शिजत आहे अशी एक गावात हूल उठली होती, त्यामुळेही या व्याख्यानाला नेहमीपेक्षा अधिक गर्दी जमली होती!

सुशीलेने व्याख्यानाच्या प्रारंभी ''आम्हाला लोक नास्तिक म्हणतात, पण बहुतेक लोकच खरोखर नास्तिक आहेत,; आम्ही विश्वकुटुंबाचे ध्येय मानणारे आणि तत्प्रीत्यर्थ परिश्रम व स्वार्थत्याग करणारे ध्येयवादी व ध्येयपूजक लोकच खरोखर आस्तिक; ध्येय हाच आमचा देव आणि ध्येयपूजा म्हणजेच देवपूजा; देव जर भावाचा भुकेला आहे, किंबहुना जिथे भाव तिथे देव, अशीच जर खरी वस्तुस्थिती आहे, तर 'वसुधैव कुटुंबकम्' या तत्त्वावर भाव असणाऱ्या आम्हा लोकांपासून देव खरोखर फार दूर नसावा; पण 'देव' आहे असे दांभिकपणे म्हणणारे आणि पाहिजे तसे वागणारे जे लोक आहेत त्यापासून मात्र देव फार दूर आहे आणि तेच खरे नास्तिक.'' अशा प्रकारचे विवेचन केले. ''सर्वव्यापी, सर्वज्ञ, सर्वशक्तिमान् देव आहे अशी खरी श्रद्धा असल्यावर पापे होतील कशी? देव सर्वज्ञ आणि सर्वत्र आहे अशी जर खरी श्रद्धा असली तर पाप करताना तो आपल्याला पाहील असे वाटणार नाही का? आणि तो सर्वशक्तिमान आहे असा खरा भाव असेल तर त्याच्या कचाटीतून आपण कदापि सुटणार नाही असे वाटणार नाही का? आणि असं वाटलं तर हातून पापे होतील का? आणि जर पापे होताहेत तर पापी लोकांचा देवावर खरा विश्वास नाही असंच म्हणायला नको का?''– अशा रीतीने प्रश्न करून तिने प्रतिपक्षावर हल्ला चढविला. नंतर देवाच्या अस्तित्वाबद्दलच्या प्रमाणांकडे वळून ती कशी अपुरी पडतात हे तिने दाखविले. उदाहरणार्थ, सर्व जगाचे आदिकारण काही एक मानले पाहिजे आणि त्यालाच आम्ही देव म्हणतो या युक्तिवादासंबंधी ती असे म्हणाली की, ''कोणी तरी, काही तरी म्हणजे कोणी एक 'क्ष'– आदिकारण आहे असं मानलं म्हणजे हा (किंवा हे) 'क्ष'– मंगल आहे, 'शिव' आहे, 'सुखकर' आहे, 'शं–कर' आहे–कशावरून? हा किंवा हे 'क्ष' सर्वज्ञ कशावरून? सर्वशक्तिमान् कशावरून? न्यायाची व नीतीची चाड त्याला आहे कशावरून? जगात ज्या गोष्टी दिसतात त्यावरून तर असे म्हणावे लागते की, 'बळी तो कान पिळी' हाच न्याय त्याला प्रिय आहे. जगातले कलह, खून, रक्तपात, महायुद्धे, क्षय, रक्तपिती इत्यादी रोग, दुष्काळ, टोळधाड इत्यादी आपत्ती, सर्पव्याघ्रादि पशूंची करता इत्यादी गोष्टी त्या देवाला प्रिय तरी आहेत किंवा अनावर तरी आहेत. या गोष्टी प्रिय असतील तर त्याची अभिरुची विलक्षणच म्हटली पाहिजे! आणि त्या अनावर असतील तर तो सर्वसामर्थ्यवान् कसला? त्या आदिकारण 'क्ष' ला कोणतेही विशेषण लावले

तर अशा प्रकारच्या आपत्ती उत्पन्न होतात व कोणतेही विशेषण न लावले तर त्या बीजगणिती 'क्ष' बद्दल प्रेम, आदर किंवा पूज्यभाव का व कसा वाटावा ? त्या 'क्ष'चा 'अज्ञेय','अचिन्त्य' 'शब्दापलीकडचा', 'मनापलीकडचा', इत्यादी शब्दांनी उल्लेख केला म्हणून तो 'अज्ञेय' व 'अज्ञात' 'क्ष' पूजनीय कसा ठरणार? या 'क्ष' पूजेपेक्षा ध्येयपूजा काय वाईट?'' ध्येय म्हणजेच देव असे म्हटले, तर व्यक्ति तितक्या प्रकृति या न्यायाने 'ध्येये', व्यक्तिगणिक भिन्न असल्यामुळे देव व्यक्तिगणिक भिन्न होतील, या आक्षेपाला सुशीलेने असे अर्धवट विनोदाने उत्तर दिले, की तेहतीस कोटी लोकसंख्येच्या हिंदुस्थानात आता तेहतीस कोटी देव आहेतच, तेव्हा ध्येय मानल्यामुळे तेहतीस कोटी ध्येये किंवा देव उत्पन्न झाले तर हे देव जिवंत, ताजेतवाने तरी असतील! बरे, देवाला विष्णु, शंकर, गणपती इत्यादी नावे आहेतच आणि या सर्व नावांनी ओळखला जाणारा देव हा जर एकच असेल– 'एकं सत् विप्रा बहुधा वदन्ति' हे तत्त्व जर खरे असेल, तर 'ध्येय' हे एक नवीन नाव त्या देवाला दिले तर फारसे काय बिघडणार आहे? अशा प्रकारचा अर्धवट विनोद केल्यानंतर तिने आपल्या विश्वकुटुंबात्मक, आपल्या ध्येयस्वरूपी देवाचे कल्पना–रम्य स्वरूप वर्णन केले आणि या देवाची कायावाचामने करून सेवा, भक्ति व पूजा करणारे आम्ही विश्वकुटुंबक लोक आस्तिकच आहोत असा सिद्धांत लोकांच्या गळी उतरविण्याचा प्रयत्न केला. जुन्या पक्षातले काही लोक खरोखरच सश्रद्ध, सात्त्विक, सौजन्ययुक्त, थोर व उदार आहेत. ते आस्तिक आहेतच; पण आमच्या विश्वकुटुंबवादी लोकांमध्येही जे सात्त्विक व सौजन्ययुक्त असतील तेही आस्तिकच, असे म्हणून व सगळ्या पक्षातल्या दांभिक, ढोंगी–सोंगी, धर्माची केवळ ध्वजा फडकावून त्याच्या बळावर अनाचार करणाऱ्या सर्व लोकांना नास्तिक का म्हणू नये असा अखेर प्रश्न टाकून तिने आपले व्याख्यान संपविले.

व्याख्यानानंतर प्रश्न विचारणे असल्यास थोडक्यात यावेत अशी अध्यक्षांकडून सूचना झाल्यावर एका शहाण्याने असा प्रश्न केला, की सुशीलाबाईंचे चारित्र्य इतके शुद्ध आहे का, की त्यांनी आस्तिक्यासारख्या विषयावर बेधडक बोलावे ?

'Fools rush in where angels fear to tread' या वाक्याची त्या श्रोतृवृंदाला आठवण करून दिली व हा प्रश्न विचारण्याचे धाडस केल्याबद्दल टाळ्या मिळविल्या ! सुशीलेने या प्रश्नाला काहीच उत्तर दिले नाही.

नंतर बळवंतरावाने प्रश्न विचारला, ''विश्वकुटुंबी व्यवस्थेमध्ये व्यक्तिस्वातंत्र्यावर घाला येणार नाही काय? शेतीभाती, गिरण्या, कारखाने, रेल्वे, बोटी, सर्व प्रकारचे उद्योगधंदे– सगळंच काही समाजाच्या मालकीचं, सगळंच समाजानं चालवायचं, असं म्हटलं, म्हणजे भलती चढाओढ, भलता लोभ, भलता अहंकार यांपासून व इतर आपत्तींपासून समाजाची सुटका होईल हे खरे; पण समाजाचा एवढा जगड्व्याळ

कारखाना चालविणारा कोणी तरी पाहिजेच; त्याचे कोणी तरी गुमास्ते पाहिजेत, त्यांचे कोणी तरी मॅनेजर, असिस्टंट मॅनेजर, नोकर वगैरे पाहिजेत. अर्थात् सगळी सत्ता या लहानमोठ्या लोकांच्या हातात जाणार आणि इतरांना हे लहानमोठे नोकर सांगतील त्याचप्रमाणे वागावे लागणार. अशा स्थितीत व्यक्तिस्वातंत्र्य कितपत राहील आणि या नोकरशाहीचा अंमल कितपत हितावह होईल हा प्रश्नच आहे. राजाची सत्ता जाऊन त्याऐवजी लोकनियुक्त अध्यक्षांची सत्ता आली तरी या लोकनियुक्त अध्यक्षाला नोकरलोकांकडूनच कामे करून घ्यावी लागणार. म्हणजे सगळे लोक या नोकरांचे ताबेदार होणार. अशा स्थितीत कामे चांगली होतील का ? आणि झाली तरी ही ताबेदारी चांगली का ?''

हा प्रश्न ऐकल्यावर बळवंतरावांनीच सुशीलेला पकडले हा देखावा पाहून लोकांना मोठी गंमत वाटली आणि या पेचांतून किंवा कोंडीतून सुशीला कशी निसटून जाते इकडे त्यांचे लक्ष लागले. सुशीलेने क्षणभर थांबून स्मित केले व नंतर शांतपणे उठून सांगितले की, ''या प्रश्नाचे मी उत्तर देऊ शकेन; पण माझ्यापेक्षा प्रश्न विचारणारे विद्वान गृहस्थच अधिक कुशलतेने उत्तर देतील अशी माझी खात्री आहे आणि या प्रश्नांचे उत्तर देण्यास वेळ फार लागणार म्हणून आता ते न देता लवकरच त्यांनी केव्हा तरी व्याख्यान द्यावे अशी माझी त्यांना विनंती आहे. लोकांनी विचार करावा आणि प्रश्नाचा सर्वांगांनी ऊहापोह व्हावा हाच त्यांच्या प्रश्नाचा हेतू आहे; तरी या प्रश्नाचा लोकांनी पंधरा दिवस विचार करावा, चर्चा करावी, आणि एक सोडून पुढल्या रविवारी पुन्हा येथेच येऊन त्यांचे व्याख्यान ऐकावे आणि पुढील चर्चेत भाग घ्यावा अशी लोकांनाही माझी विनंती आहे.''

व्याख्यानाहून परत घरी जाताना विनायकराव वृद्ध मंडळींबरोबर मागाहून येत होते. सुशीला, बळवंतराव व सुनंदराव ही तिघेही पुढे गेली होती; परंतु बळवंतरावांचे मुख संचित दिसल्यामुळे कोणी काहीही बोलले नाही. घरी पोहोचल्यावर सुनंदरावाने सुशीलेला एकीकडे म्हटले, ''सुशीले, बाळूला आणखी किती दिवस रखडत ठेवणार ? तू अत्यंत दुष्ट आहेस. 'हो' एवढं एक अक्षर म्हणायला तुझं काय जातं ?''

सुशीला–एक अक्षरच का ! दोन अक्षरं मी म्हणते––ना......ही !

सुनंदराव– बरं, अडचण काय आहे खरी ?

सुशीला–लग्न केल्यानं विश्वकुटुंब-संस्थेचं कार्य मागं पडेल असं वाटतं. शिवाय मला एकदा विलायतेस, अमेरिकेत, रशियात वगैरे जाऊन तिकडची परिस्थिती प्रत्यक्ष पाहून यायची आहे. लग्न केल्यावर हे जमायचं नाही.

सुनंदराव– लग्न करून दोघेजण जा या सफरीवर म्हणजे झालं.

सुशीला–कल्पना चांगली आहे. पण....

सुनंदराव–'पण' काय आहे ? सीतेसारखा धनुर्भंगाचा 'पण' लावणार आहेस का काय ?

सुशीला–तसा काही नाही, पण मागून बोलू याबद्दल आपण. माझ्यामुळे त्यांच्या चारित्र्यावर शिंतोडे उडताहेत हे मला पूर्वी ठाऊक होतं; पण आज चांगलंच लक्षात आलं. ते आज शेवटी शेवटी अगदी उदास झाले होते. पण ध्येय आड येतं.

◆

सूर्यास्त? छे! सूर्योदय

ठरल्याप्रमाणे बळवंतरावांनी पुढे जे व्याख्यान दिले, त्याला (व तदनंतर सुशीला व बळवंतराव यांचा जो विवाह झाला त्या मंगल प्रसंगी) प्रस्तुत लेखक हजर होता. परंतु ज्या एका महत्त्वाच्या प्रसंगाची हकीगत या प्रकरणांत द्यावयाची त्या प्रसंगाची हकीगत सुनंदरावांना पुरती ठाऊक नाही, आणि बळवंतरावांना विचारली असता त्यांच्याकडून ती लिहून मिळण्याचा संभव दिसेना, म्हणून सुशीलेच्या निकट स्नेहाचा व संबंधाचा फायदा घेऊन तिलाच ती पत्रद्वारे विचारली. ती त्या वेळी विलायतेत ब्रायटन येथे होती. तेथून तिच्याकडून उत्तरादाखल जे पत्र आले ते तिच्या परवानगीने खाली दिले आहे.

ब्रायटन, ...

"सा. न. वि. वि. तुम्ही विवाह केव्हा कसा ठरला याची हकीगत मला विचारता आणि ही हकीगत प्रसिद्ध करण्याची परवानगी मागता, पण ती सांगावी किंवा नाही हा प्रश्न माझ्यापुढे येत आहे. तुमची विनंती अमान्य करणे जिवावर येते म्हणून मी ही हकीगत लिहून पाठवीत आहे. औचित्य अनौचित्याची जबाबदारी तुमच्यावर आहे.

बळवंतरावांचे ज्या दिवशी स्वत:च घेतलेल्या आक्षेपांना उत्तरादाखल म्हणून व्याख्यान झाले, त्या दिवशी मी ते व्याख्यान ऐकत असता माझे मन पूर्णपणे त्यांच्या स्वाधीन झाले ! त्या वेळी त्यांच्या बुद्धीच्या कुशाग्रतेला, स्वभावाच्या सरळपणाला, विनयाला, सत्यप्रियतेला आणि प्रतिपक्षाच्या बोलण्याचा विपर्यास न करण्याविषयी मनात वसत असलेल्या खऱ्या तत्परतेला, निराशेची छटा असलेल्या त्यांच्या रुपाला, बौद्धिक उच्चतेला, नैतिक आशावादाला व उत्साहाला, मी वश झाले !

या थोर मनुष्याला साहाय्य करून त्याचे कर्तृत्व वाढविणे हे आपले कर्तव्य आहे; एवढेच नव्हे, तर असे करण्यास सापडले तर हे आपले महद्भाग्यच आहे असे वाटू लागले. त्याचे 'रूप' असे मी आता म्हटले, पण हा माझा त्या वेळचा

भ्रम असेल; पण मला ते त्या वेळेस सुंदर वाटले खरे. वक्तृत्वाबद्दल वगैरे जे म्हटले तेही मोहमूलक असेल, पण जे वाटले ते लिहिले आहे. तुम्ही ज्या हेतूने ही हकीगत प्रसिद्ध करू इच्छिता, तो हेतू सिद्धीस जावयाचा म्हणजे जे खरे वाटले व घडले ते लिहिले पाहिजे म्हणून हे सर्व लिहिले आहे. त्यांच्यापेक्षा माझ्यामध्ये अधिक वक्तृत्व आहे असे लोक म्हणतात, पण मी बायको म्हणून माझे कौतुक होत असले पाहिजे आणि माझा सडेतोडपणा व विशेषकरून प्रतिपक्षावर तुटून पडण्याची माझी प्रवृति, स्त्रियांमध्ये सहसा न दिसणारा व माझ्यात आढळणारा स्पष्टवक्तेपणा (व क्वचितप्रसंगी फटकळपणा) यामुळे माझ्या व्याख्यानाला लोक अधिक येत असावेत आणि माझ्या वक्तृत्वाची अवास्तव स्तुति करीत असावेत अशी मला कल्पना होतीच. लोकांचे मनोरंजन होईल, त्यांच्या मनाला गुदगुल्या होतील, त्यांना गंमत वाटेल, प्रतिपक्षाला उत्तर झोंबेल, अशा प्रकारचे वक्तृत्व सोपे आहे, ते माझ्यासारखीला देखील थोडेबहुत साधेल, पण प्रतिपक्षालाही आपला पक्ष मांडता येणार नाही इतक्या सुंदर रीतीने तो मांडणे, प्रतिपक्षावर उगाच जे आक्षेप घेण्यात येतात ते खोडून काढणे आणि मग प्रतिपक्षाच्या वतीने जास्तीत जास्त अनुकूल बोलता येईल तेवढे बोलून त्याच्यावर शांतपणे योग्य तेच व योग्य मर्यादेतच आक्षेप घेणे, शब्द सौम्यतम वापरणे, पण तत्त्वाच्या बाबतीत न्यायनिष्ठुर असणे, सरळ युक्तिवादाची पकड कधी सोडायची नाही, पण अन्यायाने कधी कोणाला पकडावयाचे नाही, मधून मधून विनोद करावयाचा, पण तो कोणालाही न झोंबेल असा करावयाचा, इत्यादी गोष्टी आपणांस कालांतराने साधल्या तर साधतील–यांच्यासारख्यांच्या संगतीत राहिलो तर साधतील, नाही तर साधावयाच्या नाहीत–असे माझी मनोदेवता त्यावेळी मला सांगू लागली व ते मला पटू लागले.

आभारप्रदर्शन वगैरे झाल्यावर सुनंदराव, तुम्ही, मी व ते असे चौघेजण सभागृहांतून बाहेर पडलो, पण सुनंदराव व तुम्ही काही वेळाने 'व्याख्यान फार चांगलं झालं' असेतसे म्हणून तुमच्या एका सोनगांवकर स्नेह्याबरोबर त्याच्या घराकडे निघालात व 'अचलेश्वरीच्या पायथ्याकडे जर फिरावयाला जायचं असलं, तर आम्हीही काम झाल्याबरोबर तिकडे येतोच' असे म्हणून तुम्ही आम्हांला रामराम ठोकला. लोकांची अभिनंदने एकदोन मिनिटे ऐकून घेऊन आम्ही दोघे अचलेश्वरीकडे फिरण्यास गेलो.

पाच सहा मिनिटे चालल्यानंतर ते म्हणाले, 'आपण आता परतू या. सूर्यास्त झालाच पाहा. आता अचलेश्वरीकडे नको.'

'जरा पुढे जाऊन परतू,' मी म्हटले, आणि चालू लागले. तेही पाठोपाठ आले.

मी मग म्हटले, 'एक प्रश्न विचारते, त्याचं खरं उत्तर मात्र दिलं पाहिजे.'

'काय प्रश्न आहे? मी कधी तुझ्याशी खोटं बोललो आहे का?'

'तुमच्या व्याख्यानाच्या वेळचा आशावाद आणि तो उत्साह, ती कल्पनारम्य समाजचित्रं आणि...'

'व्याख्यानाच्या वेळचा आवेश तो. तो अगदी नाटकी नसतो, बराचसा खरा असतो. पण विषयाशी तन्मय झाल्यामुळे तो उत्पन्न झालेला असतो, अगदी हृदयात अंत:कोशातून आलेला नसतो. माझ्या खऱ्या जीवितांतील खरा आवेश, खरा उत्साह, खरा आनंद, काही अंशी आता कमी झाला आहे. अर्थात त्या मानानं थोडंबहुत असं समाधान असणारच. Life is only a duty to me. कर्तव्यकर्म जाचक होत नाही, त्यांत मन खरोखर रमतं ही त्यातल्या त्यात भाग्याची गोष्ट आहे.'

'Duty शिवाय आणखी काय पाहिजे तुम्हांला !'

'काय... पाहिजे? काय...पाहिजे ? काय सांगू मी? मला अनेक गोष्टी पाहिजे आहेत. समाजव्यवस्था सुधारली पाहिजे, सगळे बौद्धिक व नैतिक प्रश्न सुटले पाहिजेत, सगळ्या लोकांना उच्चतम शिक्षण मिळालं पाहिजे, आरोग्य पाहिजे, कलाकौशल्य पाहिजे, सौंदर्य पाहिजे, आणखी पुष्कळ गोष्टी पाहिजेत, पण पाहिजेत म्हणून त्या काय मिळणार आहेत?'

'त्यातली एखादी मिळाली तर घ्याल का पदरांत?'

'अवश्य.'

'मला घेता येईल इतका तो पदर मोठा आहे ना?... खरंच मी म्हणते! इतके दिवस माझी वृत्ति अशी होती, की मी 'हो' म्हणण्याने तुम्हाला तो उपकार वाटावा. आज माझी वृत्ति बदललेली आहे, मला आपण पदरांत घेतली तर तो माझ्यावर उपकार होणार आहे!'

माझे हे भाषण ऐकून ते चकित झाले व क्षणभर स्तब्ध राहिले. नंतर म्हणाले,

'पदरांत कोणी कोणाला घ्यायचं नाही. उभयतांनी उभयतांना स्वीकारायचं, संभाळायचं, उन्नतीच्या मार्गाला न्यायचं, ही त्यांतली अगदी खरी गोष्ट. मागच्याच गोष्टी खऱ्या, पण ही गोष्ट सगळ्यांत खरी आहे.'

'कबूल आहे. पदरांत घेण्याची भाषा थोडीबहुत खरी असली तरी सोडते मी. उभयतांना स्वीकारावयाचं, संभाळायचं, उन्नतीच्या मार्गाला न्यायचं, हीच गोष्ट अंत:करणाच्या अगदी गाभ्यांतली आहे, बाकीच्या भाषा वरच्या पापुद्र्याच्या. या भाषा सोडून देऊन अगदी अंत:करण गुहेतलं सत्य बोलायचं म्हणजे आपलीच भाषा खरी आणि तीच बोलू या. कारण सत्य हाच आपला धर्म आणि तोच आपला देव.'

'सत्याच्या जोडीला सौजन्य आणि सौंदर्य हे दोन देव ठेवले पाहिजेत.'

'उच्चतम सत्याच्या पोटी ते येतातच.'

'आम्ही काही वेळ बोलत बोलत पुढे चाललो तर फार उशीर होईल म्हणून किती बोलायचं होतं तरी परतलो. परत येताना सुनंदरावाची आणि तुमची गाठ

पडली आणि मग तुम्ही मला 'हो' एवढा लहानसा शब्द, तो म्हणायला किती आढेवेढे घेतेस ? म्हणून टाक आणि होऊ दे बळवंतरावाला सुखी' असे म्हणालात आणि मग असल्या थट्टामस्करीच्या गोष्टी बोलता बोलता तुम्हांला आमच्या वाङ्निश्चयाची हकीगत कळली आणि मग सुनंदरावांकडून त्यांच्या पत्नीला आणि तिच्याकडून शेजारणीला आणि अशा परंपरेने सबंध गावाला ही बातमी दुसऱ्या दिवशी दहा वाजायच्या आत कळली, वगैरे हकीगत तुम्हांला ठाऊकच आहे म्हणून ती लिहीत नाही.'

आपली स्नेहांकित
सुशीला
◆

आम्ही आता स्वतंत्र झालो!

मागील प्रकरणांत वर्णन केलेल्या मंगल प्रसंगाच्या दुसऱ्या दिवशीच बळवंतराव व सुशीला ही इंग्लंड, अमेरिका, रशिया वगैरे देशांत जायची हे निश्चित झाले. पहिल्या मुहूर्तावर विवाहविधि उरकून घ्यावयाचा व तत्पूर्वी फोटो वगैरे काढून पासपोर्ट (परवाना) मिळविण्याचा प्रयत्न करावयाचा असे ठरले. कोणत्या तारखेची कोणती बोट घ्यावी, कोणत्या वर्गाने जावे, बरोबर काय काय घ्यावे, वगैरे गोष्टी आता सुरू झाल्या. सोनगांवच्या शाळेची व 'विश्वकुटुंबी' संस्थेची व्यवस्थाही सुनंदरावांकडे सोपविण्यात आली. या संस्थेच्या इन–मीन तीन सभासदांपैकी दोघे बाहेर जाणार, तेव्हा राहिलेल्या एका सभासदाच्या संस्थेचा कारभार 'एक' मताने व 'एक' सूत्रीपणाने चालेल यांत कोणालाच शंका नव्हती !

विलायतला जाण्याचा वगैरे गप्पा झाल्यावर आदल्या दिवसाच्या व्याख्यानाकडे –जे व्याख्यान एकदम एक प्रकारची कौटुंबिक क्रांती घडवून आणण्यास कारणीभूत झाले, निदान निमित्तमात्र झाले, त्या व्याख्यानाकडे–संभाषणाचा ओघ वळला. विनायकरावांनी आपले स्पष्टपणे मत सांगितले की, "व्याख्यान चांगलं झालं हे जरी खरं असलं, तरी आपली शंकानिवृत्ति काही पुरतेपणी झाली नाही. तुमचा हा विश्वकुटुंबी प्रयोग आजकाल व्हायचा नाही, तो शंभर–दोनशे वर्षांनंतरच्या युगांत सुरू होणार आहे ही त्यांतल्या त्यात समाधानाची गोष्ट आहे ! निदान आपल्या हयातीत तरी सुरू होत नाही ही फारच समाधानाची गोष्ट, नाहीतर तुमच्या गांधींचा कोणी तरी खद्दरबहाद्दर गुमास्ता आमच्यासारख्यांना अमुक करा आणि तमुक करू नका असं सांगायचा आणि साबरमतीहून निघालेल्या फर्मानाप्रमाणं हरताळ, उपास, मौनव्रत वगैरे सर्व करावं लागावयाचं !"

"आज काय लोकांना मोठं स्वातंत्र्य आहे म्हणूनच याची एवढी भीती बाळगावयाची !" सुशीला म्हणाली. "आज सर्व जग आर्थिक,सामाजिक, राजकीय सर्व प्रकारच्या गुलामगिरीत आहे ! हौशीचं आणि आवडीचं काम कोणाला करायला मिळत आहे ? कोण परिस्थितीच्या जुलुमाबद्दल कुरकूर करीत नाही ? आजचं

स्वातंत्र्य हे नावाचं, दिखाऊ आहे. स्वातंत्र्य असलं तर ते काही व्यक्तीपुरतं आहे. तसं हे भविष्यकालीन कुटुंबांतही थोड्या व्यक्तींना लाभलेच !''

बळवंतराव यांनी 'माझं नाक नकटं , तर तुझं नाक फताडं' हा वादविवादाचा न्याय सोडून उच्चतर भूमिकेवर जाऊन म्हटलं, ''आणि खरं बोलायचं, म्हणजे रस्ते, पोस्ट ऑफिस वगैरे गोष्टींची सरकारकडून आज व्यवस्था होत आहे, हा काय आपल्यावर जुलूम आहे ? जी. आय्. पी रेल्वे खाजगी कंपनीच्या ताब्यात होती, ती आपण होऊनच पैसे देऊन सरकारने ताब्यात घेतली ना ? आणि त्यात नुकसान काय झालं आहे एक एक रेल्वे कंपनी आपण अशाच रीतीनं खाजगी मालकीतून काढून सरकारी मालकीची कारणार आहोत ना ? रेल्वेप्रमाणेच एक एक गिरणी पैसे देऊन सरकारने आपल्या ताब्यात घेतली तर त्यांत काय वाईट होईल ? मजुरांना काय, आजही दुसऱ्याच्या हाताखालीच काम करावं लागत आहे. विश्वकुटुंबांतही तसंच कराव लागेल. मॅनेजरांना आज शेठजी नेमतो तेथे उद्या कोणी तरी मिस्टर फिनॅन्स मेंबर किंवा इन्डस्ट्री मेंबर नेमील. हे सरकारी अधिकारी कित्येक वेळा चुका करतील, कित्येक वाईट व लुच्चेही असतील, पण आतांचे शेट्ये, भाट्ये, सगळे काय चांगले आहेत? ते कधी चुका करीत नाहीत ? त्यांना लुच्चेगिरीबद्दल तुरुंगांत जावं लागत नाही? खरी गोष्ट अशी आहे, की सगळा कारभार सरकारच्या, म्हणजे परंपरेनं लोकांच्या ताब्यांत हळूहळू क्रमाक्रमानं गेला 'हळूहळू' 'क्रमाक्रमानं' हे शब्द महत्त्वाचे आहेत तर विशेष नुकसान होण्याचा फारसा संभव नाही. फायदा कदाचित् होण्याचा संभव खास आहे.

''दुसरं असं, की मजुरांचा आणि भांडवलवाल्यांचा, नोकरांचा आणि मालकांचा जो आज अहिनकुलाप्रमाणं शाश्वतिक विरोध आहे, तो तुमच्या पद्धतीत कधीही मिटायचा नाही. आमच्या विश्वकुटुंबात मिटेलच असं जरी म्हणता आलं नाही, तरी मिटण्याचा संभव आहे. आजच्या तुमच्या समाजव्यवस्थेत पैसा कमी आहे म्हणून भांडण होत आहेत असं नाही. सोन्याचा एखादा मेरूपर्वत जरी तुम्हांला फुकटचा लाभला तरी तुमची भांडणं चालू राहतील. कारण, हा मेरुपर्वत लुटणारे लोक कमीजास्त शक्तिवान आणि युक्तिवान असणार आणि अर्थात् पुढं विषमता कायम राहणारच आणि मजुरांना व नोकरांना आज ३०–४० रुपये मिळतात तिथं ३०–४० कोटी रुपये महिना मिळाले तरी त्यांचं समाधान होणार नाही. कारण त्या वेळी ३०–४० कोटी रुपयांची किंमत ३०–४० रुपयांएवढी व्हावयाची. लंकेतल्या सोन्याच्या विटांची ती पुनरावृत्तिच होईल ! बरं, घटकाभर असं मानलं, की मजुरांना आणि नोकरांना खरोखर हजारो पटींनी सुखसोईच्या वस्तु मिळाल्या, तरी त्यांचं समाधान व्हायचं नाही. कारण आर्थिक विषमतेमुळे जे मनात वैषम्य वाटतं ते कायमच राहाणार ! भांडवलवाल्यांनी चाळी वगैरे बांधून दिल्या आणि इतर सुखसोई केल्या म्हणजे हे भांडण मिटेल असं पुष्कळांना वाटतं, पण ते चुकीचं आहे. हा

प्रश्न केवळ पैशाचा नाही, तो मानाचा आहे. आणि केवळ मानाचाही नाही, कारण नोकरांचा आणि मालकांचा दर्जा जरी सारखाच असला, तरी सत्ता मालकाची आणि नोकर केवळ सांगितलेलं काम करणारा, अशी जोपर्यंत स्थिति आहे, तोपर्यंत समाजात असमाधान राहाणारच. हे असमाधान केव्हा थांबेल, तर ज्या वेळेस सगळ्यांना असं वाटेल, की अमुक मालक, अमुक सत्ताधारी, असं काही नाही, तर समाजच सगळ्यांचा मालक, सगळी कामं समाजाची, सगळेच समाजाचे नोकर ! किंवा असं म्हणा, की समाज आणि व्यक्ति यांतलं द्वैत नष्ट झाल्यामुळं मालक आणि नोकर, माझं काम आणि तुझं काम, हा भेदच जेव्हा राहाणार नाही, सगळी कामं आपली, जे काही होतं आहे ते आपलं असं प्रत्येकाला वाटायला लागेल, आणि जो तो जे येईल ते काम आपलं असं समजून ते उत्तम रीतीनं, सुंदर रीतीनं करील (आणि पुन्हा ते आनंदानं व हौशीनं करील), तेव्हा समाजांतले विरोध, भांडणं, संप, मारामाऱ्या, युद्ध–महायुद्ध ही संपतील.''

"सगळं खरं'' विनायकराव म्हणाले, ''पण स्वार्थाच्या प्रेरणेशिवाय तुमच्या विश्वकुटुंबांत काम कोण करणार ? कालचं आणि आताचं तुझं उत्तर मला काही पूर्णपणे समाधानकारक वाटत नाही. मला तुझं हे म्हणणं कबूल आहे, की मनुष्य काही स्वार्थी नाही. मला हेही कबूल आहे, की मनुष्याला ज्याची हौस असते, ज्याचा नाद असतो, ते काम तो वेळांत वेळ काढून, रात्रंदिवस जिवापाड श्रम करून मनापासून करतो. मी आणखी हेही कबूल करतो, की असलंच काम चांगलं असतं. मोलाच्या कामांत अर्थ नाही. जगांतली सगळी चांगली कामं हौशी, नादी मनुष्यांनी केलेली आहेत. कवि, गद्य ग्रंथकार, कलावंत लोक ह्यांची उत्तमोत्तम कलाकृति पैशाच्या आशेने झालेली नाही. आईचं प्रेम कितीही पैसे दिले तरी बाजारात मिळायचं नाही. बायकोचं प्रेम तसंच. या सगळ्या गोष्टी खऱ्या, आवडीचं हौशीचं काम असलं म्हणजे लोक कामाची टाळाटाळी करीत नाहीत, काम करताना विशेष दमत नाहीत, सांगकामेपणा करीत नाहीत, मनापासून उत्तम काम करतात, हे जे तू म्हणतोस ते अगदी अक्षरश: खरं. प्रत्येकाला हौशीचं काम मिळालं तर आजच्यापेक्षा ते हजारपटीनं कामं करतील, समाजाची हजारो पटीनं संपत्ती वाढेल, असंतोष अगदी कमी होईल, भांडणं थोडी राहतील, देखरेखीची फारशी जरूर राहणार नाही, हे सगळं कबूल पण–पण हे व्हायचं कसं ? सगळ्यांना हौशीची कामं मिळणार कशी ? तुमच्या विश्वकुटुंबांत काम वाटून देणारा कोणी व्यवस्थापक असणारच ना ? तो भलत्याला भलतं काम देणार नाही कशावरून ?''

"आक्षेप कबूल आहे.'' बळवंतराव म्हणाले, ''पण त्या त्या ठिकाणच्या जनतेचा दाब असल्यावर व्यवस्थापकसुद्धा अगदी भलतं करू शकणार नाही. दुसरं असं, की शिक्षणानं वगैरे सर्व जनतेची बैद्धिक आणि नैतिक सुधारणा हळूहळू होत गेल्यावर व्यवस्थापकांची देखील सुधारणा होत जाईलच. आणि अन्याय करण्याचं

एक मुख्य कारण म्हणजे जो लोभ तोच अशक्य झाल्यावर अन्याय त्या मानानं कमी होईल. अहंकार, अधिकार–लालसा वगैरे अन्यायाची दुसरी कारणं आहेत, पण हळूहळू तीही कमी करण्याकरिता शिक्षणादी उपाय योजिले म्हणजे थोडंबहुत यश येईलच. आणि पूर्ण जरी यश आलं नाही, तरी हल्लीच्यापेक्षा समाज अधिक सुखी होईल अशी आम्हांला आशा वाटते. आधिभौतिक क्षेत्रांत बैलगाड्यांतून विमानांपर्यंत आपली जशी प्रगती झाली आहे, तशी बौद्धिक आणि नैतिक बाबतीत होणार नाही हे मला कबूल, पण हळूहळू प्रगति करणं शक्य आहे. शिक्षण चांगलं दिलं, लोभाचे पायच तोडले, मुलांच्या पुढं चांगली उदाहरणं असली, तर पुढच्या पिढीतील मुलं हल्लीपेक्षा तरी चांगली निपजतील. आम्ही विश्वकुटुंबवादी लोक मनुष्यस्वभावाविषयी आशावादी आहोत. तुम्ही लोक निराशावादी म्हणूनच तुम्ही देवावर विश्वास ठेवता ! मनुष्य काही श्रेष्ठ उच्चतम गोष्टी करणार नाही, देवाने त्या त्याच्याकरिता करावयाच्या, किंवा त्याच्याकडून करवावयाच्या असं तुमचं तत्त्वज्ञान ! आम्ही मनुष्यप्रयत्नावर विश्वास ठेवतो. आम्हाला मनुष्य जात्याच पूर्णपणे नीच आहे, केवळ स्वार्थी आहे, असं वाटत नाही. आमचं म्हणणं तर्काला आणि अनुभवाला सोडून नाही. मनुष्य हा केवळ स्वार्थी पशु आहे असं तुम्हांला वाटतं. आम्हाला त्यांच्यात पशुत्वाचा अंश आहे असं वाटतं, पण तो देव होऊ शकेल–नराचा नारायण होऊ शकेल–असंही वाटतं. मनुष्य पूर्वी सत्ययुगांत देवतुल्य होता, देवांमध्ये बोलतचालत होता–असं तुम्हांला वाटतं. आमच्या मते सत्ययुग अजून यायचं आहे. पूर्वींच्या युगी देव माणसांवर अंमल गाजवीत, आता माणसे देव होऊ पाहात आहेत ! आम्ही आता आमच्याशिवाय दुसरा देव मानीत नाही. तारलं तर आम्हीच आम्हांला तारणार, आणि मेलो तर आमच्याच कृतीनं आम्ही मरणार, हा आमचा सिद्धांत. आणि मनुष्यजातीने मनात आणलं तर काय होणार नाही ?''

''मनुष्याचे देव होणार नाहीत !'' विनायकरावांनी चटकन् म्हटले.

''कबूल'' बळवंतराव स्मितपूर्वक म्हणाले. ''पण आम्ही मनुष्य 'मनुष्य' म्हणून राहावं अशीच आमची खरी इच्छा आहे. आम्ही आता देवांच्या दास्यांतून मुक्त झालो, आम्ही आता स्वतंत्र झालो, लोकांनाही आता आम्ही स्वतंत्र करणार !''

बळवंतरावांचे हे वाक्य संपले असेल नसेल, तोच त्यांना एका पोलिस इन्स्पेक्टरने बाहेर बोलावले आणि त्यांना तीन वॉरंटे दाखविली. सुशीला व सुनंदरावांना त्याने बाहेर बोलावून घेतल्यावर त्या तिघांना पोलिस इन्स्पेक्टरने पोलिसांच्या स्वाधीन केले व मग तो तिघांच्या घराच्या झडत्या घेण्याच्या मार्गाला लागला. पहिल्या प्रथम अर्थात सुशीलेच्या घराची झडती झाली. तेथे आणि इतरत्र पोलिसांना काय सापडले हे त्यांनाच ठाऊक !

◆

बाल-देव

कागदपत्रात पोलिसांना दोषार्ह असे काही सापडले नाही. नव्हतेच काही, तर सापडणार काय ? पण सरकारला संशय फार. त्याला 'तांबीळ' झाल्यामुळे जिकडे तिकडे तांबडे दिसते आणि 'जॉन बुल'ला तांबडी चिंधी– मग ती काल्पनिक का असेना– डोळ्यांपुढे दिसू लागली, की मग त्याचे डोके बिथरते व मग तो काहीच्याबाहीच करून जातो. पण जॉन बुलमध्ये एवढा गुण आहे, की तो दीर्घद्वेषी नाही. चूक दिसून आल्यावर ती दुरुस्त करून घेण्याला तो लाजत नाही. राज्यव्यवस्थेतील चक्र या नात्याने तो कसाही असला तरी व्यक्तिदृष्ट्या तो फारच सरळ व न्यायप्रिय असतो.

सोनगांवकर मंडळींना चार महिने पुण्यामुंबईकडे अटकेत ठेवून फिरविण्यात आले व निरनिराळ्या बड्या बड्या पोलिस अधिकाऱ्यांनी त्यांना वेगळे वेगळे करून दमदाटी, धाकदपटशा इत्यादींचा प्रयोग त्यांच्यावर केला. सुशीलेला हरतऱ्हेची लालूच दाखविण्यात आली व धाकही दाखविण्यात आला. अखेर ही मंडळी अगदी निर्दोष आहेत, अशी खालपासून वरपर्यंत सर्वांची खात्री झाली. जिल्ह्याच्या कलेक्टरसाहेबांनी (यांचे नाव Wright साहेब) त्यांना एक दिवस बोलावून आणून, बसण्यास खुर्च्या दिल्या व 'अशी अशी राजद्रोही भाषणे करतां, असे असे राजद्रोहात्मक लेख लिहिता, तरी यापुढे असे करू नये, आता केवळ ताकीद देऊन सोडून देण्याचा वरून हुकूम आला आहे आणि तुम्हाला मी खुले केले आहे' असे सांगितले.

बळवंतरावांनी तिघांच्या वतीने 'राइट' साहेबांचे औपचारिक आभार मानले व शेवटी अशी इच्छा प्रदर्शित केली, की भाषणातील, लेखातील, सभेच्या कार्यक्रमांतील वगैरे आक्षेपार्ह भाग कोणता तो निश्चित दाखविल्यास बरे होईल. कलेक्टरसाहेबांजवळ भाषणांच्या, रिपोर्टांच्या वगैरे फायली होत्याच. त्यांनी त्यातले तांबड्या पेन्सिलीने खुणा केलेले काही भाग वाचून दाखविले व असले विचार प्रदर्शित करणे वाईट असे सांगितले. सुशीला वादविवाद करून आपली मते कशी बरोबर व न्याय्य आहेत

असे सिद्ध करू लागली. 'राइट' साहेब वादामध्ये हरू लागला– कारण तो खरोखरच सरळ व न्यायप्रिय होता. त्याला वितंडवाद किंवा दंडेलीचा वाद करणे शक्य नव्हते ! दुसरा एखादा साहेब असता तर त्याने कदाचित् शेषं कोपेन पूरयेत् या अखेरच्या अस्त्राचा उपयोग केला असता, पण हा सज्जन असल्यामुळे शेषं हासेन पूरयेत् अशी त्याची युक्ति होती. या युक्तीचा अवलंब करून तो म्हणाला, "Well, I cannot argue with you. Women are always right; they will always have the last word. Young ladies especially are difficult to argue with." (बायकांशी–विशेषत: तरुण मुलींशी वाद करताना पुरुषांना जय कधीच मिळावयाचा नाही ! अखेरचा शब्द नेहमी त्यांचा असायचा आणि त्या म्हणतील तेच अखेर खरं समजायचं !) स्मितपूर्वक असे म्हणून झाल्यावर तो बळवंतरावांकडे वळला आणि म्हणाला, "बळवंतराव, त्यातली खरी गोष्ट अशी आहे, की मला वरून हुकूम आला आहे त्याप्रमाणे मी वागतो. कलेक्टर मिस्टर राइट, आणि सद्गृहस्थ मिस्टर राइट, यामध्ये तुमच्यासारख्यांना भेद करता येईल. व्यक्तिदृष्ट्या मला तुम्हा तिघांबद्दल अतिशय..... पण जाऊ द्या हे; मला काय म्हणायचं आहे ते तुम्हाला समजलं आहे.... गुडबाय्" असे म्हणून त्याने त्या तिघांशी अत्यंत सभ्यतेने हस्तांदोलन केले आणि पुन्हा गुडबाय् करून ऑफिसच्या कामात त्याने लगेच डोके खुपसले.

सुशीला व बळवंतराव पासपोर्ट मिळविणे; विलायतची तिकिटे काढणे, सामानसुमान घेणे वगैरे तयारी करण्याकरिता मुंबईस आधीच आली होती. सर्व व्यवस्था झाली होती आणि दोन दिवसांनी ती दोघे जाणार म्हणून त्यांना पोचविण्याकरिता सुनंदराव, विनायकराव, त्यांची पत्नी, उषा, प्रस्तुत लेखक वगैरे मंडळी जमली होती. उद्योग विशेष काही नव्हता म्हणून वेळ चांगल्या रीतीने घालवावा या हेतूने कोटामधील प्रिन्स ऑफ वेल्स म्युझिअम् (वस्तुसंग्रह) पाहण्याकरिता मंडळी गेली होती. सुशीला व बळवंतराव यांचे शाळेच्या सांपत्तिक व्यवस्थेसंबंधी, धोरणासंबंधी वगैरे संभाषण झाल्यावर मग त्यांचे संग्रहालयातील वस्तूंकडे लक्ष गेले. तेथपर्यंत शरीराने तेवढे ते तेथील दालनांतून हिंडत होते !

तेथील एका दालनात हरतऱ्हेच्या देवदेवतांच्या, बुद्धाच्या वगैरे मूर्ति ठेवल्या होत्या. जवळच हरतऱ्हेच्या माशांचे व इतर प्राण्यांचे सापळे ठेवलेले होते. तेथे गेल्यावर सुशीला खोडसाळपणाने म्हणाली, की "आता मरू घातलेल्या सर्वज्ञ, सर्वशक्तिमान देवाचा सापळा शंभर–दोनशे वर्षांनी इथल्या एका कपाटात ठेवला जाईल असं वाटतं ! जीर्ण झालेल्या 'धर्मा'च्या सापळ्यांकरिता दुसरं एक कपाट लागेल."

"बायका वाईट असतात किंवा त्या कोमल असतात, बायकांना गोषांत कोंडून ठेवलं पाहिजे किंवा बायका म्हणजे 'गृहदेवता' आहेत, या कल्पनांच्या सापळ्यांना तिसरं एक कपाट लागेल," बळवंतराव म्हणाला.

"युरोपियन स्त्रियांत नीतिमत्ता मुळीच नाही, आम्ही हिंदी स्त्रिया फार नीतिमान्, एक जात कनिष्ठ आणि दुसरी जात श्रेष्ठ, या कल्पनांना चवथं एक लागेल," सुनंदराव म्हणाला.

"आणि विश्वकुटुंबवादाला पाचवं एक लागेल !" प्रस्तुत लेखक म्हणाला.

"नाही. त्याला एवढ्यात नाही लागायचं." विनायकराव म्हणाले.

"हा वाद अजून बाल्यावस्थेत आहे. तो वाढायचा आहे. त्याच्या हातून चांगली कामं व्हायची आहेत. ही कामं झाली म्हणजे वृद्धत्व येऊन त्याला देह सोडावा लागेल आणि मग इतिहाससंशोधकांना, तत्त्ववेत्यांना (किंवा बायकापोरांना !) मौजेनं पाहण्याकरिता त्याचा सापळा इथं आणण्यात येईल !"

इमारतीतील बरीच दालने पाहून झाल्यावर मंडळी बाहेरची बाग पाहात इकडे तिकडे हिंडू लागली. कोठे कडेला हरतऱ्हेच्या पिवळ्या, तांबड्या, शेंदरी रंगाची फुले असलेल्या कर्दळी, तर कोठे हरतऱ्हेचे तांबडे, गुलाबी, केसरी गुलाब, कोठे इकडची मोगरा, जाई वगैरे सुवासिक फुले, तर कोठे डेझी, जर्बेरा, फ्लॉस्क, पिंक, कॉसकोम, नॅस्टरशॅम वगैरे विलायती फुले, कोठे नुसते हिरवेगार अगदी सुतात सरळ सारखे कापलेले गवत, तर कोठे बारीक रंगीबेरंगी फुलांचे सुंदर ताटवे, कोठे गुलाबमोगऱ्यासारखे लाल फुलांचे वृक्ष, तर कोठे बिनफुलांची हरतऱ्हेची फर्नस, अशा प्रकारची तेथील लहानशीच पण सुंदर रचना केलेली, व्यवस्थित आणि आल्हाददायक बाग पाहून झाल्यावर मंडळी तेथेच एका कडेला हिरव्या गवतावर बसली. "पूर्वी इथे दलदल होती म्हणतात." प्रस्तुत लेखकाने म्हटले.

"इथे इतकी घाण होती, डांस, चिलटं इतकी होती, की जो कोणी इथं राहील तो हिवतापानं लवकर मरावयाचाच असं वर्णन आहे," सुनंदराव म्हणाला.

"इथं आता जी बाग झाली आहे आणि जी स्वच्छता नि शोभा आहे, ती काही आपोआप आली नाही." बळवंतराव म्हणाले. "लोकांना श्रम करावे लागले, पैसे खर्च करावे लागले तेव्हा या गोष्टी झाल्या."

"पूर्वीची झाडं–झुडपं, मोठमोठे वृक्षही काढून टाकावे लागले आहेत– 'जुने' म्हणून त्यांच्याबद्दल भलता आदर दाखविला गेला असता तर काही या गोष्टी झाल्या नसत्या." सुशीला म्हणाली.

"या गोष्टी तरी टिकतील अशी खात्री आहे का ?" प्रस्तुत लेखकाने म्हटले. "हा सगळा भाग मिलीटरी खात्याच्या ताब्यात जाणार आहे म्हणतात. हे जर खरं असलं, तर या इमारतीत पुराण वस्तूंच्याऐवजी कदाचित् शस्त्रास्त्रं ठेवली जातील.

आपण बसलो आहोत तिथं कदाचित् हजार–पाचशे वर्षांनी Aerodrome (विमानाचे स्टेशन) होईल! कोणी सांगावं काय होईल ते ?''

''ती तरी एक व्यवस्था आहे ना?'' बळवंतरावांनी उत्तर दिले. ''प्रत्येक व्यक्तीनं, पिढीनं, समाजानं, आपल्याला योग्य दिसेल ती व्यवस्था घडवून आणावी आणि पुढच्या गोष्टी 'काला'वर सोपवाव्यात! माझी सुधारणा आणि माझी व्यवस्था त्रिकालाबाधित राहावी हा आग्रह फुकट आहे. मरण प्रत्येकाला आहे. देवाला–धर्मालाही येऊ लागलेलं आहे! म्हणून काय जगायचं नाही?''

''देवाधर्माला मरण येत आहे असं मला वाटत नाही.'' प्रस्तुत लेखक म्हणाला. ''खरा देव आणि खरा धर्म नित्य आहे–'सनातन' आहे. त्याचं स्वरूप बदलतं इतकंच.''

''त्याचं स्वरूप बदललं म्हणजे पूर्वीचं स्वरूप गेलं–मेलं असं आम्ही स्पष्टपणे म्हणतो, तुम्हाला हे म्हणावंसं वाटत नाही हाच तुमच्याआमच्यामध्ये फरक.'' सुशीला

म्हणाली.

''एवढाच नाही. आणखी थोडासा फरक आहे.'' प्रस्तुत लेखकाने उत्तर दिले. ''आई मरणार हे ठाऊक असलं आणि तिच्या हालअपेष्टा पाहून मरण लवकर येईल तर एक परी बरं असं जरी वाटत असलं, तरी तिला मारावी असं अजून मला वाटत नाही. तिच्या मरणानं मला आनंदही होत नाही. सृष्टिक्रमाप्रमाणे मरण हे प्रत्येकाच्या पाठीमागं लागलेलंच आहे आणि हे एका अर्थी चांगलंच आहे; एक पिढी मरून दुसरी पिढी येते, एक चाल जाऊन दुसरी चाल येते, एक युगधर्म जाऊन दुसरा युगधर्म येतो, एक सत्य जाऊन दुसरंच सत्य गादीवर बसतं–हे सर्व ठीक आहे; पण हा प्रकार माझ्या बुद्धीला पटला तरी अंत:करणाला जाचतो. जुनं मेलं म्हणून मी सुतक मानीत नाही; पण वाईट वाटतं. नवीन जन्माला आलं तर त्या नवबालकाचं मी कौतुक करीन; पण हे बाळ पुढे कसं निघणार हा विचार माझ्या मनात आल्याशिवाय राहात नाही. तुमचं तसं नाही.''

''हा तुमचा भ्रम आहे.'' सुनंदराव म्हणाला, ''सुशीला, बाळू किंवा मी एखादवेळेस अर्धवट विनोदानं काही तरी बोलून जातो हे खरं; पण जुन्याबद्दल आम्हाला आदर नाही आणि नव्याचे आम्ही अंधभक्त आहोत असंही नाही.''

''नवीन देखील पुढं केव्हा तरी मरायचं आहे हे आम्हाला ठाऊक आहे,'' सुशीला म्हणाली. ''पण पुढं मरायचं आहे म्हणून आज सुतक धरण्याचं कारण नाही. नवीन जे आज जिवंत आहे, गोंडस गोजिरवाणं आहे, बोलतं–चालतं, वाढतं–खेळतं आहे, त्याचं आम्ही कौतुक का करू नये? ही उषा पाहा, ती आज लहान आहे, पण पुढं केव्हा तरी मरणार आहे खास. पण पुढं मरणार आहे म्हणून

तिचं कौतुक करायचं नाही? आज तिला जग दाखवायचं नाही? जगात तिला बोलूचालू द्यायचं नाही? उषेचं कशाला? तुम्हीही केव्हा तरी मरणारच आहात ना? मग आज कशाला एवढी हरतऱ्हेची धडपड आणि खटपट चालविली आहात? माझं चरित्र लिहिता आहात ते तरी कशाला? आणि हे लिहिताना आपले संबंध जेथे प्रामुख्याने आले ते सगळे अजिबात का गाळता?''

''व्यक्तिविषयक गोष्टी सोडून देऊ या;'' बळवंतराव म्हणाले. ''तुम्ही आम्हीच काय, सगळं जग पुढे अगदी बर्फाप्रमाणं थंड होणार आहे–जगात एक देखील जीव राहाणार नाही, वारादेखील हलणार नाही, सर्व जग हिमालयाप्रमाणं बर्फाच्छादित होणार आहे, असं काही शास्त्रज्ञ म्हणतात. हे जरी खरं असलं, तरी आपण जीव देत नाही ना? आपण गुणधर्माप्रमाणं आणि आवडीनिवडीप्रमाणं हरतऱ्हेची कामं करीतच आहोत ना? ज्यानं त्यानं आपआपला प्रकृतिधर्म ओळखून आसक्तिरहित आणि अहंकार सोडून स्वकर्तव्य करीत राहावं आणि सर्व भवितव्य भविष्यतेवर सोपवावं हा गीतेचा संदेश खरोखरच सुंदर आहे आणि त्याप्रमाणं वागलं पाहिजे.''

''तुमच्या या असल्या तत्त्वज्ञानांत आणि वृत्तीत उत्साह उत्पन्न करण्याचं सामर्थ्य नाही. धर्माशिवाय....''

''For Heaven's sake don't bring in your religion now. We had enough of it.'' सुशीला म्हणाली.

''शिवी देण्याकरिता तरी 'देव' आणलात हे भाग्यच म्हणायचं!'' प्रस्तुत लेखक म्हणाला. ''बाकी 'देव' नको म्हणालेत तरी तुमच्या पोटी एक देव, नाही तर देवी सहासात महिन्यांनी येणार आहे असं मला एका गुप्त हेराने सांगितले आहे. वाईट एवढंच वाटतं, की हा बाल–देव हिंदुस्थानाबाहेर जन्माला येणार!''

''तो बाल–देव संबंध जग आपलं घर मानील–तो कृत्रिम देशमर्यादा मानणार नाही. तो आंतराष्ट्रीय होणार आहे.'' बळवंतराव म्हणाले.

''त्याला सुशीलेने कडेवर घेतलेलं पाहण्याची इच्छा आहे; पण या गोष्टी पुढच्या. सध्या बोटीवर जाऊन कोणत्या केबिन्स मिळाल्या आहेत, कशा आहेत, ते पाहू या.''

◆

www.ingramcontent.com/pod-product-compliance
Lightning Source LLC
Chambersburg PA
CBHW030524260626
47157CB00005B/1868
* 9 7 8 8 1 7 1 6 1 8 1 9 4 *